பசி கோவிந்தம்

(புடை நூல்)

விந்தன்

Title: Pasi Govindham

Author: Vindhan

Language: Tamil

First Published on: 1956

Year of Publication: 2025

Book Format: Paperback

*Page Size: 6inch * 9inch*

Category: Literature

Subject: Religious Essays

No. of pages: 58

ISBN: 978-81-997511-2-5

Published by: Nilan Publishers, Madurai, Tamilnadu, India

பொருளடக்கம்

குறிப்புகளுக்காக

வாசகர்களுக்கு

நீங்கள் எத்தனையோ நூல்களைப் படிக்கிறீர்கள்; படிக்கும் போது உணர்ச்சி வசப்படுகிறீர்கள்; உங்கள் கற்பனை சிறகடித்துப் பறக்கிறது; என்னவெல்லாமோ எண்ணுகிறீர்கள். அவற்றில் சில உங்களைச் சிரிக்க வைக்கின்றன; சில சிந்திக்க வைக் கின்றன; சில அழ வைக்கின்றன; இன்னும் சில ஆத்திரமும் கொள்ள வைக்கின்றன. அவையனைத்துக்கும் சேர்ந்தாற்போல் ஓர் உருவம் கொடுத்தால் எப்படியிருக்கும் ?- அதுவே 'பசி கோவிந்தம்' என்னும் இந்நூல்.

தமிழில் இது ஒரு துறை -ஆம், தற்போது மறைந்து கிடக்கும் துறை. இத் துறைக்கு,

"இருவர் நூற்கும்
ஒருசிறை தொடங்கித்
திரிபுவே றுடையது
புடைநூ லாகும்"

என்று நன்னூல் இலக்கணம் கூறுகிறது. அதன்படி, இந்நூலின் முதல் நூல் திரு. சங்கராச்சாரியாரின் 'மோகமுத்கர'மாகும். முத்கரமென்றால் 'மோகத்தை உடைக்கும் சம்மட்டி' என்று பொருள்.

அந்தச் சம்மட்டிக்கு வழி நூல் திரு. ராஜகோபாலாச்சாரியாரின் 'பஜகோவிந்த' மாகும்.

இவை யிரண்டுக்கும் புடை நூலாகப் படைக்கப்பட்டிருப்பதே திரு. விந்தனின் 'பசி கோவிந்தம்.'

அதாவது, அவ்விருவரும் தம் கருத்துக்களை வெளியிட மேற்கொண்டுள்ள 'பாணி' யையே இவரும் மேற்கொண்டிருக்கிறார். ஆனால் அந்நூற்களின் கருத்துக்களுக்கு மட்டும் மாறுபடுகிறார். எனவே, இது திரிபு

பெறுகிறது. இருவர் நூற்கும் ரூபத்தில் ஒத்தும், கருத்துக்களில் திரிபு பெற்றும் இயன்றுள்ளதால் இதனைப் 'புடைநூல்' என்பது தமிழ் மரபாகும்.

மறைந்தொழிந்த இம் மரபை யொட்டி இன்னும் பல நூல்கள் தமிழில் வெளியாகு மென்றும், அதன் பயனாகத் தமிழ்நாட்டு நவீன இலக்கியம் மேலும் மேலும் வளருமென்றும் எதிர்பார்க்கிறோம்.

-பிரசுரத்தார்.

வாழ்த்து!

"பாரதம் வாழி. பாரதம் வாழி!
பசிகோவிந்தம் பாடப் பசிதந்த
பாரதம் வாழி!

தாய்த்தமிழ் வாழி, தாய்த்தமிழ் வாழி!
தரித்திரத்தில் சரித்திரப் பெருமைபெற்ற
தாய்த்தமிழ் வாழி!"

வாழ்க்கைப் பாதையில் குறுக்கிடும் பெருங்கடல் வாலிபம்; பசிமிக்க பாரதத்தில் வறுமை மிக்கோர் அதைக் கடப்பது கடினம். ஆயினும், வயலில் சிறு வாய்க்காலைத் தாண்டுவதுபோல வாழ்க்கையில் சிலர் வாலிபக் கடலைத் தாண்டிவிடுகின்றனர். அதற்கேற்ற வசதியும் அவர்களுக்குப் பரம்பரை பரம்பரையாகவே இருந்து வருகிறது. சுயாதீனத்தால் சோம்பேறித்தனத்தையும், சுகானுபவத்தால் சொர்க்கலோக இச்சையையும் வளர்த்து வரும் அவர்களுடைய பரம்பரைச் சொத்துக்களைப் பராதீனப்படுத்தி, பசிக்குப் பலியாகும் கோடானு கோடி மக்களைப் பாது`காக்க ஏதாவது செய்ய வேண்டும் என்ற நோக்கத்தில் எழுந்ததே இந்தப் 'பசி கோவிந்தம்' பாட்டு.

பசி வேறு, பக்தி வேறு என்று பக்குவமடையாத சிலர் பேசுவதுண்டு. எடுத்த விஷயத்தைக் குழப்பி, ஏமாந்த வரை லாபம் என்று கருதுவோர் அப்படிப்பட்ட சொற் றொடர்களை ஆங்காங்கே பிரயோகப்படுத்துகிறார்கள்; அவற்றைப் பார்த்து நீங்கள் மயங்கிவிடக்கூடாது. எதை யும் ஊன்றிப் படிக்கவேண்டும்; தவறான பொருளை எடுத்துக் கொண்டு 'ததிங்கிணதோம்' போடக்கூடாது. பசியும் பக்தியும் ஒன்றே; இரண்டல்ல பசி முத்தினால் பக்திக்கு அவசியமில்லை; புலன்கள் அனைத்தும் - ஏன், கடைசி மூச்சு உள்பட தாமாகவே அடங்கிவிடும். 'தத்துவம்' இதுவே!

'உண்மை' என்னவென்றால் மண், விண், நீர், நெருப்பு, காற்று ஆகிய பஞ்ச பூதங்களின் சேர்க்கையே இவ்வுலகம். இதனுள் வாழும் உயிர்களும் அப்படியே. பிறப்பினால் பஞ்ச பூதங்கள் சேருகின்றன; இறப்பினால் பஞ்ச பூதங்கள் பிரிகின்றன. அவ்வாறு பிரியும் மண் மண்ணோடும், விண் விண்ணோடும், நீர் நீரோடும், நெருப்பு நெருப்போடும், காற்று காற்றோடும் கலந்து எந்தச் சூன்யத்திலிருந்து மனிதன் வந்தானோ, அதே சூன்யத்தில் அவனைக் கொண்டு போய்ச் சேர்த்து விடுகின்றன. இதற்குப் பின் இல்லாத ஒன்றைத்தான் மையமாக வைத்துப் பாவமென்றும் புண்ணியமென்றும், நரகமென்றும் மோட்சமென்றும் சொல்லி ஆசான்களும் அடியான்களும் கதைத்து வருகிறார்கள்.

இந்தக் கதையை நீங்கள் நம்பவில்லையென்றால், அவர் களுடைய கதி அதோகதிதான்; - அதற்குப்பின் இங்கே சனாதனமும் இருக்காது; சாஸ்திரங்களும் இருக்காது. பாவமும் இருக்காது; புண்ணியமும் இருக்காது. நரகமும் இருக்காது; மோட்சமும் இருக்காது - இத்தகைய நிலைமைக்கு நீங்கள் இடங்கொடுத்தால் என்ன ஆகும்?- 'உழைப்பவன் வாயில் சோறு; உழைக்காதவன் வாயில் மண்ணு!' என்று மக்கள் அனைவரும் தங்களைத் தாங்களே நம்ப ஆரம்பித்து விடுவார்கள். அப்படி நம்ப ஆரம்பித்து விட்டால் இந்துமதமே ஆட்டங் காண ஆரம்பித்துவிடும். அதைக் காத்துத் தங்களையும் காத்துக் கொண்டு வரும் மடாதிபதிகளின் நெற்றியில் விபூதிக்குப் பதிலாக வியர்வையும், அவர்களுடைய கையில் ருத்திராக்ஷத்திற்குப் பதிலாக மண் வெட்டியும் இருக்கவேண்டிய அவசியம் நேர்ந்துவிடும் - இந்த 'அபாய'த்தைத் தவிர்ப்பதற்காகத் தான் அடியான்களும் ஆசான்களும் நாம் விழித்துக் கொள்ளும் போதெல்லாம் நமக்குத் 'தத்துவ போதை ஊட்டித் தூங்க வைக்கப் பார்க்கிறார்கள்.

'மதுவிலக்'கால் தீர்க்க முடியாத இந்தப் போதையைத் 'தத்துவ விலக்'காலாவது நீங்கள் தீர்க்கப் பார்க்க வேண்டும். அதற்கு முதற்படியாகவே இந்நூல் இயற்றப் பட்டிருக்கிறது.

தமிழில் புதிய துறைக்கு வழிகோலும் இதனைத் தமிழுலகம் துணிந்து வரவேற்குமென்றும் நம்புகிறேன்.

"பாமரர் வாழி, பாமரர் வாழி
பஜகோவிந்தம் பாடாப் பாமரர் வாழி!'

சென்னை,
1-2-'56

வணக்கம்.
விந்தன்

சமர்ப்பணம்:

தன்னை மதிக்கத் தெரிந்தவனுக்கு

பசி கோவிந்தம்

1

ஏ, மதி கெட்ட மனமே! மட மதியே! 'படிக்க வேண்டும், பண்டிதனாக வேண்டும்' என்று ஏன் சதா துடித்துக்கொண்டே இருக்கிறாய்? 'படிப்பவர்கள் படிக்கட்டும், பண்டிதர்களாயிருப்பவர்கள் இருக்கட்டும்' என்று நீ சும்மா இருக்கக்கூடாதா?-கோவிந்த னும் அவன் குழைத்துப் போடும் நாமமும் இருக்கும் வரை உனக்கு என்ன குறை?-பாடு, பாடிக் கொண்டே ஆடு!

பசிகோவிந்தம் பசிகோவிந்தம்
பசிகோவிந்தம் பாடு,
பரலோகத்தில் இடந்தேடலாம்
பசிகோவிந்தம் பாடு!
படிக்காதிரு. படிக்காதிரு,
படிக்காதிரு, பயலே!
படித்தால்எமன் வரும்போதுனைப்
பகவான் கைவிடுவார்!

ஆமாம், சொல்லிவிட்டேன் - இந்தக் காலத்துக் குடியாட்சியில் இதற்குமேல் சொல்வதற்கில்லை. அந்தக் காலத்து முடியாட்சியிருந்தால் அது வேறு விஷயம். மன்னனை வசப்படுத்திக் கொண்டு, வருணா சிரம 'கர்ம'த்தைத் 'தர்மம்' என்று சொல்லிக் கொண்டு, 'படித்தால் நாக்கை அறுத்து விடுவேன், மூக்கை நறுக்கி விடுவேன்!' என்று உன்னைப் பய முறுத்தலாம். இப்போது அப்படிப் பயமுறுத்த முடியாது. அதனால் தான் சொல்வதைக் கொஞ்சம் நாசூக்காகச் சொல்லியிருக்கிறார் ஆசான். அவருடைய பல்லக்கைச் சுமக்கும் உனக்கு ஏன் படிப்பு?- அட மூடா! படிக்காதே; படித்தால் அவருடைய பல்லக்கைச் சுமக்க நீ மறுத்து விடுவாய்! எதையும் பகுத்தறிந்து பேச ஆரம்பித்து விடுவாய்!-

உனக்காகச் 'சாக' வழி காட்டும் ஆசான் - இல்லை, 'சொர்க்கத்'துக்குச் செல்ல வழி காட்டும் ஆசான் நடக்க முடியுமா? 'என்னை ஆக்கும் பகவான், என்னை அழிக்கும் பகவான், உங்களைக் காப்பதுபோல் என்னையும் ஏன் காக்க வில்லை?' என்று நீ கேட்டால் அதற்கு அவரால் பதில் சொல்ல முடியுமா?- பரந்தாமனையும் பரலோகத்தையும், பாவத்தையும் புண்ணியத்தையும் நம்பி நீ படிக்காமல், பாண்டித்தியமடையாமல் இருந்தால்தானே அவரைப் போன்றவர்கள் வம்பில்லாமல் வாழ முடியும்?

கையசைக்காமல், காலசைக்காமல், நாவொன்றை அசைத்தே நவநிதியும் தேட முடியும்?- படிக்காதிரு, பயலே! படித்தால் எங்களை எதிர்க்க உனக்குத் தைரியம் வந்துவிடும். அந்தத் தைரியத்துக்கு எங்கள் 'தனித் தமிழ் அகராதி'யில் என்ன அர்த்தம், தெரியுமா? கர்வமடா,கர்வம்! அந்தக் கர்வத்துக்கு நீ உள்ளானால் கடவுள் கோபித்துக் கொள்வார்-என்ன சொன்னேன், கடவுள் கோபித்துக் கொள்வார்' என்றா சொன்னேன்?- ஆமாம், கடவுள் 'கருணாமூர்த்தி அவருக்குக் கோபமே வராது' என்று நாங்கள் சில சமயம் சொல்வதுண்டு. அதை இப்போது நினைவு படுத்திக் கொள்ளாதே!- சொல்வதைக் கேள்; படிக்காதிரு!படித்தால் எமன் வரும்போது பகவான் உன்னைக் கைவிட்டுவிடுவார்- ஜாக்கிரதை!

'அது சரி, அடியானே! பகவானால் எமனிடமிருந்து மீட்கப்பட்ட பக்தர்கள் இதுவரை யாரும் இருந்ததாக, இருப்பதாக எனக்குத் தெரியவில்லையே?' என்கிறாயா- அவர்களெல்லாம் சொர்க்கத்துக்குப் போய்விட்டார்கள் என்று நாங்கள்தான் அப்போதே சொல்லிவிட்டோமே, அதில் இன்னுமா உனக்குச் சந்தேகம்?- இதற்குத் தான் உன்னை நாங்கள் படிக்க வேண்டாம் என்று சொல்கிறோம் -படிக்காதே! பஜகோவிந்தம் பாடு; பகவானின் பாதார விந்தங்களை நாடு; பட்டை நாமம் போடு; எமன் உன்னைக் கண்டதும் எடுப்பான், ஓட்டம்!

2

படிக்காமலிருப்பது எவ்வளவு தூரம் நல்லது என்பதை முதல் பாட்டில் பார்த்தோம். பணத்துக்கு ஆசைப்படாமலிருப்பது எவ்வளவு தூரம் நல்லது என்பதை அடுத்த பாட்டில் பார்ப்போம்:

பணமேனடா பணமேனடா
பணமேனடா, பயலே?
பணத்தாலாசை வளர்ந்தாலது
பணக்காரர்மேல் பாயும்!
படுவாய்தினம் படுவாய்தினம்
படுவாய், பாடுபடுவாய்!
பசித்தாலது பகவான்செயல்,
பஜகோவிந்தம் பாடு!

'துன்பம், துன்பம்' என்கிறாயே, அந்தத் துன்பத்துக்குக் காரணம் என்ன?- பணந்தான்.

'அதற்கும் எனக்கும் ரொம்ப தூரமாச்சே?' என்று நீ சொல்லலாம். அதனாலென்ன, 'அந்தப் பணத்தின் வாடையாவது நம் பக்கம் வீசாதா!' என்று நீ நினைக் கிறாயல்லவா? அதுதான் உன்னுடைய துன்பத்துக் கெல்லாம் காரணம்!

இந்த உபதேசத்தை ஆசான் பணக்காரர்களுக்கு மட்டும் செய்யவில்லை; அப்படிச் செய்தால் பகவான் கை விடுவதற்கு முன்னால் பணக்காரர்கள் அவரைக் கைவிட்டு விடுவார்கள்! அதனால் பாடுபடுபவர்களுக்கும் செய்கிறார். அதாவது, 'பணக்காரர்களைச் சத்துருவாகக் கருதாதே; பணத்தைச் சத்துருவாகக் கருது!' என்கிறார்.

அவ்வாறு கருத வழி என்ன?- எங்கள் ஆசான் சொல்வதைக் கேட்காவிட்டாலும் உங்கள் அன்புக்குகந்த வள்ளுவர் சொல்வதைக் கேளுங்கள்.

"இறல்ஈனும் எண்ணாது வெஃகின் - விறல்ஈனும் வேண்டாமை என்னும் செருக்கு!"

அதாகப்பட்டது. 'இருப்பவனைக் கண்டு இல்லாதவன் செருக்கடைய வேண்டும்' என்கிறார் - ஆமாம், படித்துச் செருக்கடைவதைவிட, பணக்காரனைப் பார்த்துச் செருக்கடைவது மேல் என்பது இங்கே உட்பொருள் - 'அடி வயிறு கிள்ளும்போது அடியேன் எப்படிச் செருக்கடைவது?' என்று அதிகப்பிரசங்கித் தனமாகக் கேட்டு விடாதீர்கள்!- சொன்னதைச் செய்யுங்கள். அதுவே சொர்க்கத்துக்கு வழி; அதுவே துன்பத்தைப் போக்கும் இன்பத்துக்கும் வழி!

அந்த வழியை அவர் சாதாரணமாகவா சொல்கிறார்?-இல்லை; 'வேண்டாமை என்னும் செருக்கு' என்று உறுதியாகச் சொல்கிறார்.

'ஆஹா, எவ்வளவு பெரிய உண்மை!-'அவனிடம் பணம் இருக்கிறது; அதனால் அவனுக்குத் துன்பம். என்னிடம் பணம் இல்லை; அதனால் எனக்கு இன்பம்' ஆஹாஹா, எவ்வளவு பெரிய உண்மையை எவ்வளவு லேசாகச் சொல்லிவிட்டார்!

இனி ஏன் உங்களுக்கு ஏக்கம்? ஊக்கம் கொள்ளுங்கள்; உழைத்தாலும் உழைப்புக்குத் தக்கபடி ஊதியம் கிடைக்காவிட்டாலும் ஊக்கம் கொள்ளுங்கள். அந்த ஊக்கம் கடைசியாக உங்களைத் தூக்குக் கயிற்றில் தொங்கவிட்டாலும் சரி, ஊக்கம் கொள்ளுங்கள்!

அதுவே உபாயம்; மற்றவை அபாயம் 'யாருக்கு?' என்று கேட்க வேண்டாம்; அது பிரம்ம ரகசியம்!

3

ஆயிரமாயிரம் வருடங்களாக, 'எல்லாம் அநித்தியம், எல்லாம் 'அநித்தியம்' என்று தாங்களும் அநித்தியம் என்பதை உணராமல் அடியான்களும் ஆசான்களும் அலறி வந்தும், வாழ்க்கையில் பிடிப்பும் உலகத்தில் பற்றும் இன்றுவரை

நிலைத்து நிற்பதற்குக் காரணம் பெண். எனவே, முதலில் படிப்புக்கும் இரண்டாவதாகப் பணத்துக்கும் வேட்டு வைத்த ஆசான், மூன்றாவதாகப் பெண்ணுக்கு வேட்டு வைக்கிறார்:

தொட்டால் துயர் தொட்டால் துயர்
தொட்டால் துயர், பெண்ணை!
சிட்டாய்ப் பற சிட்டாய்ப் பற
சிட்டாய்ப் பற, பயலே!
எட்டா இன்பம், கிட்டா இன்பம்
எதுவோ அது இன்பம்!
எட்டும் இன்பம், கிட்டும் இன்பம்
எதுவோ அது துன்பம்!

ஆம், தாகத்துக்குக் தண்ணீர் தேடுவது துன்பம்; தேடாமலிருப்பது இன்பம் 'இதென்ன வேடிக்கை!' என்கிறீர்களா?-இதுதான் தத்துவமடா, தத்துவம்!

சொல்வதைக் கேள்- தொடாதே, பெண்ணை! தொட்டால் 'இன்பம் எது?' என்பதை நீ உடனே கண்டுகொண்டு விடுவாய்; 'இதுவே எட்டும் இன்பம் இதுவே கிட்டும் இன்பம்' என்று நாங்கள் காட்டும் எட்டாத இன்பத்தை, கிட்டாத இன்பத்தை ஏறெடுத்துக்கூடப் பார்க்காமல் இருந்து விடுவாய்; எங்கள் காஷாயத்தைக் களைந்தெறிந்து, ஏமாந்தவர்களிடமிருந்து எங்களுக்குக் கிடைக்கும் காணிக்கையை எடுத் தெறிந்து, 'இதோ இன்பம். இதோ இன்பம்' என்று எங்களையும் கொண்டு போய்ப் பெண்களிடம் தள்ளி விடுவாய்!-

நாங்களோ 'பகிரங்கமாகப் பெண்களுடன் தொடர்பு கொள்வது பாவம்' என்று நினைப்பவர்கள். அப்படியே கொண்டாலும் அவர்களுக்காக உங்களைப் போல் எங்களால் கஷ்டப்பட்டுக் காலம் தள்ள முடி யாது. அதனால்தான் 'இதோ இன்பம், இதோ இன்பம்' என்று நீங்கள் காட்டும்போது, 'அதோ இன்பம், அதோ இன்பம்' என்று நாங்கள் காட்டுகிறோம்; பெற் றெடுக்கும் குழந்தையை நீங்கள் பேணி

வளர்த்தால், நாங்கள் நாணிக் கொன்றுவிடுகிறோம் - இதுவே எங்கள் சாந்திக்கு வழி; இதுவே எங்கள் மகிழ்ச்சிக்கு வழி.

இத்தகைய சாந்தியை அனுபவிக்கும் நாங்கள், இத்தகைய மகிழ்ச்சியை அனுபவிக்கும் நாங்கள், உங்களுக்கு மட்டும் ஏன் 'ஒழுக்க'த்தைப்பற்றி உபதேசிக்கிறோமென்றால், நாங்கள் 'ஒழுக்கந் தவறி' நடப்பதற்காக!

புரிந்ததா?- புரியவில்லை யென்றால் சந்தோஷம், ரொம்ப சந்தோஷம்; ரொம்ப ரொம்ப சந்தோஷம்!

4

அடுத்தபடியாக, வாழ்க்கையின் பொதுத் தன்மையை அலசு அலசு என்று அலசிப் பிழிகிறார் ஆசான்:

இகலோகத்தில் இடமேனடா
இடமேனடா,பயலே?
பரலோகத்தில் இடந்தேடலாம்
பஜகோவிந்தம் பாடு!
வாழ்க்கை எது வாழ்க்கைஎது
வாழ்க்கைஎது பயலே?
சாவேவாழ்க்கை சாவேவாழ்க்கை
சாவேவாழ்க்கை, அறிவாய்!

என்ன அறிந்து கொண்டாயா? என்னமோ 'வாழ்க்கை வாழ்க்கை' என்றும், அதற்காகப் போராட்டம்,போராட்டம்' என்றும் சதா கோஷ மிட்டு எங்களையும், பாவத்தை விழுங்கப் புண்ணியம் இருக்கவே இருக்கிறது என்றதைரியத்தில் உங்களை ஏமாற்றி எங்களுக்குக் கோதானம் பூதானம், வஸ்திர தானம் கன்னிகா தானமெல்லாம் செய்யும் தனவந்தர்கள், முதலாளிகள், எத்தர்களையும் எப்பொழுது பார்த்தாலும் மிரட்டிக் கொண்டிருக்கிறாயே, இப்பொழு தாவது அறிந்துகொள் - வாழ்க்கை என்பது நிலையான மடத்துச் சாப்பாடு அல்ல; நிலையற்ற குடிசையின் கஞ்சி!

ஆம், உண்மையை மறைக்க எங்களுக்கு உவமை உதவுவதுபோல உங்களுக்கு உலகம் உதவாது தம்பி, உலகம் உதவாது. அதில் நீ அடையும் ஒவ்வொரு பொருளும் உனக்குத் துக்கத்தைக் கொடுக்கும்; அடைந்த பொருளை எப்படியாவது, என்ன செய்தாவது காக்க வேண்டுமே என்ற ஏக்கமும் பிறக்கும்.

'நான்தான் இதுவரை எந்தப் பொருளையும் அடைய வில்லையே!' என்கிறாயா? அதனாலென்ன, அடைந்தவன் அனுபவத்தைச் சொன்னால் அடையாதவன் அதைக் கேட்டுவிட்டுச் சும்மா இருக்க வேண்டியது தானே?- கேள், இன்னும் கேள்! வாழ்க்கையில் சஞ்சலத்தைத் தவிர வேறொன்றும் இல்லை; அதைத் தீர்த்துக்கொள்வதற்கு உனக்குள்ள ஒரே வழி சாவு!

பயப்படாதே!-பரலோகத்தில் உனக்கு நிச்சயம் இடம் உண்டு; இகலோகத்தை மட்டும் எங்களுக்கும் எங்கள் ஆதரவாளர்களுக்கும் விட்டுவிடு!

5

மகனே, திடுக்கிடாதே! - இதுவரை 'பயலே!' என்று அழைத்துவிட்டு, இப்பொழுது 'மகனே!' என்று ஆசான் அழைக்கிறாரே என்று திடுக்கிடாதே!- அவருக்குத் தெரியும், உன்னை எப்பொழுது எப்படி அழைத்து விஷயத்தைச் சொல்ல வேண்டுமென்று - கேள், பயலே என்றாலும் பாவி என்றாலும், முட்டாள் என்றாலும் மூடா என்றாலும் பயபக்தியுடன் கேள்:

சொந்தம் பொய், பந்தம் பொய்,
எல்லாம் பொய், மகனே!
சோற்றுக்குத் தாளம் நீ போடு,
போட்டாலும் சொல்லாமல் ஓடு!
சொர்க்கம் மெய், சொர்க்கம் மெய்
சொர்க்கம் மெய், சொன்னேன்!

தர்க்கம் நீ செய்யாமல் தேடு,
ததிங்கிண தோமென்று ஆடு!

பொய்! சொந்தம் சுற்றம், பந்தம் பரிவாரம் எல்லாம் பொய்; பொருளற்ற பொருள்கள். அவற்றின் மேல் பற்று கொண்டு, உன் குடும்பத்தில் நீ ஒற்றுமையை வளர்க்காதே!-அந்த ஒற்றுமையால் ஊர் ஒற்றுமைப்பட்டுவிடும்; உலகம் ஒற்றுமைப்பட்டு விடும்; அவ்வாறு ஒற்றுமைப்பட்டு விட்டால் பதிதன் என்றும் புனிதன் என்றும், பாவி என்றும் புண்ணியவான் என்றும் எங்களால் பிரித்துப் பேசமுடியாமற் போய்விடும் மகனே! அவர்கள் யார், நீ யார்? உதவாதே! ஒருவர்க்கொருவர் உதவுவது, அதன் மூலம் ஒற்றுமையை வளர்ப்பது என்பதெல்லாம் வேண்டாம்; பின்னால் நீ சோற்றுக்குத் தாளம்போட நேர்ந்தாலும் வேண்டாம் - ஓடு, சொல்லாமல் ஓடு! நீ பற்றவேண்டிய பொருள் ஒன்றே;

அதுதான் கோவிந்தன் திருவடி - 'இல்லாத திருவடியை எப்படி நான் பற்றுவேன்?' என்று ஏங்காதே!- தேடு, எங்கும் நிறைந்தானைத் தேடு!-'இல்லாத இடமில்லானை ஏன் தேட வேண்டும்? தொட்ட இடமெல்லாம், கை பட்ட இடமெல்லாம் அவன்தானே இருக்கப் போகிறான்?' என்று கேட்காதே!- ஆடு, 'ததிங்கிணதோம்' என்று ஆடு!

சோறு கிடைக்காவிட்டாலும், உனக்கு சொர்க்கம் நிச்சயமாகக் கிடைக்கும்!

6

பேதாய், திகைக்காதே! 'பெண்ணைத்தானே பேதாய் என்று அழைப்பார்கள், ஆணை அப்படி அழைக்க மாட்டார்களே?' என்று திகைக்காதே! ஆசானுக்கு ஆணும் ஒன்றே: பெண்ணும் ஒன்றே. உலகம் இருளில் மறையும் வரை மட்டுமே அவர் பிரம்மச்சாரிய விரதத்தைக் கடைப்பிடிப்பவராதலால் பெண் என்றும் ஆண் என்றும் பேதம் பாராட்டுவதில்லை - கேள் பேதாய், கேள்:

மனைவியர் அன்பெல்லாம்
மாயை, நம்பாதே!
மடாதி பதிதொந்தி
வாட விடாதே!
வினையென்றும் விதியென்றும்
நம்புடா நம்பு! வீணர்கள் வாழ்வதே
தெம்புடா, தெம்பு!

அதோ, உன் மனைவி இருக்கிறாளே - அவள் உன் பால் காட்டும் அன்பு மெய்யா? அவள் பொருளுள்ள பொருளா? அவளும் நீயும் ஈருடல் ஒருயிரா, ஓருடல் ஈருயிரா? அட பேதாய், அவள் உன்னைக் கட்டியணைத்தால் என்ன, கன்னங்கனிய உள்ளங்குளிர முத்தங் கொடுத்தால்தான் என்ன? நீ மரணம் அடைந்துவிட்டாய் என்று தெரிந்ததும் ஓடி விடுவாளே! - அவளை நம்பலாமா? நம்பி மோசம் போகலாமா?

மடாதிபதியை நம்பு; தன்னையும் தன் 'சாக்குருவி வேதாந்தத்'தையும் தவிர மற்றவையெல்லாம் மாயை என்று அவர் சொல்வதை நம்பு!

படிப்பு வேண்டாம்; பணம் வேண்டாம். வீடு வேண்டாம்; வாசல் வேண்டாம். சொந்தம் சுற்றம், பந்தம் பரிவாரம் ஒன்றுமே வேண்டாம்- 'ஐயோ, மரணம் வந்து விடுமே!' என்று சதா பயந்துகொண்டே இரு; யாரையும் நம்பாமல், 'ஐயோ, அவர்கள் ஓடி விடுவார்களே! ஐயோ, அவர்கள் ஓடி விடுவார்களே!' என்று சதா அலறிக்கொண்டே இரு!-அதுவே விவேகம்; அந்த விவேகமே என்னை வாழ வைக்கும்-

'என்ன, என்னை வாழ வைக்கும்' என்றா சொன்னேன்?- இல்லை, உன்னையும் வாழ வைக்கும். அதற்குத்தான் நீ செத்த பிறகு கூட டாக்டர் உன்னைக் கைவிட்டாலும் நான் கைவிடுவதில்லை! வருஷா வருஷம் சிரார்த்தம் செய்யச் சொல்கிறேன்; உனக்கு வேண்டிய அரிசி, பருப்பு ஆகியவற்றையெல்லாம் உன் வீட்டாரிடமிருந்து வாங்கி, என்

வீட்டுக்கு அவற்றைக் கொண்டு போய் விடுகிறேன்- வானுலகிலிருக்கும் உனக்கு என் வயிற்றின் மூலமாக அனுப்பி வைக்கத்தான்!

7

என்ன அநியாயம்!- இயற்கை செய்யும் அநியாயத்தைத்தான் சொல்கிறேன்-குழந்தைப் பருவம் விளையாட்டில் கழிந்துவிடுகிறது; யௌவனம் வந்ததும் சிந்தனை முழுவதும் பெண்களின்மேல் சென்று விடுகிறது; விருத்தாப்பியத்திலோ மனைவி மக்களைப் பற்றிய கவலை வந்துவிடுகிறது - இப்படியே போய்க் கொண்டிருந்தால் கடவுளின் கதி என்ன? அவரை நம்பியிருக்கும் காவி வேட்டிக்காரரின் கதிதான் என்ன?

கைவிடாதே கைவிடாதே
கைவிடாதே, கடவுளை!
கடவுளைக் கைவிட்டநீ
கஷ்டப்பட்டு வாழலாம்!
காவிவேட்டிக் காரருன்போல்
கஷ்டப்பட முடியுமா?
கடவுளைக் கைவிட்டபின்
காலந்தள்ள முடியுமா?

ஐயோ. நினைக்க நினைக்க வருத்தமாயிருக் கிறதே!- என்ன செய்வேன்? எப்படிப் புலம்புவேன்? இயற்கைகூட எங்களுக்கு எதிரியாயிருக்கிறதே!- அதற்காக நீ கடவுளை நினைக்காமல் இருந்து விடாதே! 'வாழ்க்கை வசதி மிக்க வெள்ளைக்காரனே வாரத்துக்கு ஒரு நாள் கடவுளை நினைத்துவிட்டு, மற்ற நாட்களில் தனக்கும் அவருக்கும் சம்பந்தமில்லாதவன் போல் நடந்து கொள்ளும்போது, வாழ்க்கை வசதியற்ற நான் ஏன் காலை மாலை இரு வேளையும் ஒரு நாள் விடாமல் கடவுளைத் தொழ வேண்டும், காலம் முழுவதும் அவரை ஏன் கட்டிக்கொண்டு அழ வேண்டும்?' என்றெல்லாம் கேட்டு எங்கள் வாயில்

மண்ணைப் போட்டு விடாதே! ஏற்கெனவே அறுபத்து மூன்று நாயன்மார்கள் என்றும், எப்பொழுதும், எந்தக் காலத்திலும் அறுபத்துமூன்று நாயன்மார்களாக இருந்து கொண்டிருப்பதே எங்களுக்கு என்னவோ போலிருக்கிறது; அவர்களுக்குப் பின்னால் ஒரு நாயனாராவது வந்து சேர்ந்து, அந்த அறுபத்து மூன்றை அறுபத்து நான்காகக் கூட ஆக்காமலிருப்பதே எங்களை என்னவோ செய்கிறது - கடவுளுக்கே இந்தக் கதி என்றால் எங்கள் கதி என்ன?- கைவிடாதே, கடவுளைக் கைவிட்டாலும் எங்களைக் கைவிடாதே!- ஊஹூம்; கடவுளைக் கைவிடாமல் இருந்தால்தான் எங்களையும் கைவிடாமல் இருக்க முடியும் -முயற்சி செய்; குழந்தையாயிருக்கும்போது கடவுளை நினைக்க முடியாவிட்டால் யெளவனத்திலாவது நினைக்க முயற்சி செய்! யெளவனத்தில் நினைக்க முடியா விட்டால் விருத்தாப்பியத்திலாவது நினைக்க முயற்சி செய்!

அப்பொழுதுதான் கோயிலுக்கும் குருக்களுக்கும், தர்ப்பைக்கும் தட்சணைக்கும், தேருக்கும் திருவிழாவுக்கும் வேலை இருக்கும். இல்லையென்றால் நாங்கள் காட்டும் மோட்சத்தை நீங்கள் அடைவதற்கு முன்னால் நாங்களே அடைந்துவிட வேண்டியதுதான்!

8

அப்பனே! எனக்குத் தெரியும், "மகனே !" என்று அழைக்கும்போது, 'நீ யாரடா எனக்கு அப்பனாயிருக்க?' என்று நீ கேட்பாய் என்று எனக்குத் தெரியும் - அதனால்தான் எட்டாவது பாட்டுக்குரிய வியாகரணத்தை 'அப்பனே!' என்று ஆரம்பித்திருக்கிறேன் - பிழை பொறுத்தருள்க!

அன்பு ஏது. ஆசை ஏது?
அப்பனே, என் அப்பனே!
இன்பம் ஏது. துன்பம் ஏது.
அப்பனே, என் அப்பனே!
ஒன்று மில்லை இவ் வுலகில்

அப்பனே, என் அப்பனே!
எல்லா முண்டு அவ் வுலகில்
அப்பனே, என் அப்பனே!

'அன்பே ஆண்டவன்' என்று சில அப்பாவிகள் சொல்வார்கள். அதை நம்பி நீ அந்த உலகத்தைப் பற்றிய கவலையே இல்லாமல் இருந்துவிடாதே!- அன்புக்கும் ஆண்டவனுக்கும் ரொம்ப ரொம்ப தூர மென் று இந்த அழகான உலகத்தைப் பார்க்கும் போதே உனக்குத் தெரியவில்லையா? - கவலைப்படு அப்பனே, கவலைப்படு!- ஆனால் யாரைப் பற்றி, எதைப் பற்றி நீ கவலைப்பட வேண்டும்?- அன்பு மனைவியைப் பற்றியா? ஆசைக் குழந்தையைப் பற்றியா? அடுத்த வேளை சாப்பாட்டைப் பற்றியா? அதற்கு வேண்டிய காசைப் பற்றியா? அட, பாவிப் பயலே! அந்தக் கவலை ஆசானுக்கும் அடியானுக்கும் இல்லாதபோது உனக்கு மட்டும் ஏன் இருக்க வேண்டும்?- அப்படியே இருந்தாலும் அதைப் பற்றி நீ கவலைப்படலாமா? - அதனால் உனக்கு என்ன பிரயோ சனம்? - சோறு கிடைக்கும்; சொர்க்கம் கிடைக்குமா?- விடு, அந்தக் கவலையை! எடு, இந்தக் கவலையை!

நீ எங்கிருந்து வந்தாய்?- அம்மாவைக் கேட்காதே! நீயாகவே உண்டானாயா?- அப்பாவைக் கேட்காதே!

கேட்டால் கவலை தீர்ந்துவிடும் அப்பனே, கவலை தீர்ந்துவிடும்- கேட்காமல் கவலைப்படு!- அப்பொழுது தான் அன்பு மனைவியையும் ஆசைக் குழந்தையையும் உன்னால் துறக்க முடியும்; அடுத்த வேளைச் சாப்பாட்டையும் அதற்கு வேண்டிய காசையும் உன்னால் மறக்க முடியும்?

என்ன யோசிக்கிறாய், ஏன் திரும்பிப் பார்க்கிறாய்?- அழகும் அற்புதமும் நிறைந்ததுதான் இந்த உலகம்; இல்லையென்று நாங்கள் சொல்லவில்லை. ஆனால் அதற்கும் உனக்கும் சம்பந்தம் கிடையாது; அந்தச் சம்பந்தம் எனக்கும் என் ஆசானுக்கும் மட்டுமே உண்டு- இது உலக மகா ரகசியம்! - இதைப் புரிந்து கொள்ள முயற்சி செய்யாமல் சதா அந்த

உலகத்தைப் பற்றியே நீ கவலைப்பட்டுக் கொண்டிருக்க வேண்டுமென்றால் என்ன செய்ய வேண்டும்? - மறுபடியும் சொல்கிறேன்:

நீ எங்கிருந்து வந்தாய்?- அம்மாவைக் கேட் காதே!

நீயாகவே உண்டானா?

அப்பாவைக் கேட் காதே!

கேட்டால் கவலை தீர்ந்துவிடும். கேட்காமல் கவலைப்படு, கவலைப்படு, கவலைப்பட்டுக் கொண்டே இரு!

9

எடுக்கும்போதே 'வாழ வழி காட்டும் நாஸ்திகர்கள் கெட்டவர்கள்; சாக வழி காட்டும் ஆஸ்திகர்கள் நல்லவர்கள்' என்று சொல்லிவிட்டால் அது 'உண்மை' யாகுமே தவிர, 'தத்துவ'மாகாது. எனவே ஆசான் இப்படி ஆரம்பித்தாலும், அடியான் அதற்குக் கொஞ்சம் விரோதமாக வியாகரணம் செய்ய வேண்டி யிருக்கிறது:

நல்லது. நல்லது, நல்லது
நல்லவர் நேசம் நல்லது!
கெட்டது, கெட்டது, கெட்டது
கெட்டவர் நேசம் கெட்டது!
நல்லது, நல்லது, நல்லது
ஆத்திகர் நேசம் நல்லது கெட்டது,
கெட்டது, கெட்டது
நாத்திகர் நேசம் கெட்டது!

ஆனால் 'நல்லவர்கள் யார், கெட்டவர்கள் யார்?' என்பதைக் கண்டுபிடிப்பது எப்படி?- திருடனுக்குப் போலீஸ்காரன் கெட்டவனாகத் தோன்றுகிறான்; விபசாரிக்குப் பத்தினி கெட்டவளாகத் தோன்று கிறாள் - அதே மாதிரி ஆஸ்திகனுக்கு

நாஸ்திகனும், நாஸ்திகனுக்கு ஆஸ்திகனும் தோன்றலாமல்லவா?

அதனால்தான் அந்த வம்பும் நமக்கு வேண்டாம் என்று அடியான் எடுத்துக் காட்ட வேண்டியிருக்கிறது. அதாவது, ஆஸ்திகரை விரும்பவேண்டும் என்பதற்காக நாஸ்திகரை வெறுக்க வேண்டியதில்லை; ஏனெனில் நடக்கிறபடி நடந்து கொண்டால் நாஸ்திகரே ஆஸ்திகரை வெறுத்துவிடுவார்கள்!

ஆயினும், அவர்களுடைய கூட்டம் பெருகிவிடக் கூடாது - அதற்கு வழி என்ன?-- அவர்களுடைய அறியாமைக்காக நாம் அனுதாபப்படுவதுபோல் அடிக்கடி பாசாங்கு செய்ய வேண்டும்; அப்படிச் செய்தால் ஒரே கல்லில் இரண்டு மாங்காய்களை அடித்து வீழ்த்திய வெற்றி நமக்குக் கிடைக்கும். அதுவே மூச்சை அடக்கும் முக்தி என்னும் லாபத்தை மக்களுக்குக் காட்டி, அவர்களுடைய பேச்சை அடக்கும் பக்தி என்னும் வியாபாரத்தை நாம் தொடர்ந்து நடத்தச் சிறந்த மார்க்கம்.

பாசமும் பற்றும், ஆசையும் நேசமும், அன்பும் அறமும் மனித வாழ்க்கையில் இலையும் பூவும் காயும் போல ஒன்றன்பின் ஒன்றாகத் தோன்றுபவை. அவற்றை ஒரேயடியாகத் தீர்த்துக் கட்ட முடியாது; ஒவ்வொன்றாகத்தான் தீர்த்துக் கட்டவேண்டும். முதலில் பக்தியால் சட்டையைக் கழற்றி எறியலாம்; இரண்டாவதாக ஞானத்தால் வேட்டியை அவிழ்த்து எறியலாம்; மூன்றாவதாக இருப்பது முக்தி ஒன்றே. அதற்குத் தடையாயுள்ள கோவணத்தையும் பிடுங்கி எறிந்துவிட்டால், அப்புறம் சிதையில் தள்ளித் தீ வைக்க வேண்டியதுதான் பாக்கி!

இவ்வளவு சுலபமாக நீங்கள் வீடு பெற வேண்டின் ஆஸ்திகர்களுடன் சகவாசம் செய்யுங்கள்; நாஸ்திகர்களுடன் சகவாசம் செய்ய வேண்டாம்.

இது மூளையுள்ள சிலருக்கு முரண்பாடாகத் தோன்றலாம் - அவர்களுக்கு ஒரு வார்த்தை - முரண்பாடே தத்துவம்; தத்துவமே முரண்பாடு!

10

இதுவரை உங்களில் யாருக்காவது, எதிலாவது சந்தேகம் உண்டா? - இல்லையென்றாலும் சரி, உண்டு என்றாலும் சரி - ஆசானைப் பொறுத்தவரை அவருக்கு எதிலுமே சந்தேகம் இல்லை. அவருக்கு இல்லாத சந்தேகம் அடியானுக்கு மட்டும் எப்படி இருக்க முடியும்?- மேலே சொல்கிறார்:

காணாத உண்மையைக்
கண்டேனடா!
கண்டதை உன்னிடம்
சொல்வேனடா!
வயோதிகம் வந்ததும்
வாலிபம் போம்!
வாலிபம் போனதும்
வயோதிகங் காண்!

பார்த்தீர்களா, எப்பேர்ப்பட்ட உண்மையை எவ்வளவு சுலபமாகக் கண்டு பிடித்து விட்டார். எங்கள் ஆசான்!- உங்களில் யாருக்காவது வற்றிப் போன குளங் குட்டைகளில் தண்ணீர் இருக்காதென்று தெரியுமா?- அது எங்கள் ஆசானுக்குத்தான் தெரியும். உங்களில் யாருக்காவது வயோதிகம் வந்ததும் வாலிபம் போய்விடும் என்று தெரியுமா? - அது எங்கள் ஆசானுக்குத்தான் தெரியும். உங்களில் யாருக்காவது வாலிபம் போனதும் வயோதிகம் வந்துவிடும் என்று தெரியுமா?- அதுவும் எங்கள் ஆசானுக்குத்தான் தெரியும்!

"இந்த அபத்தத்தைச் சொல்ல ஆசான் போதாதா? அதை விளக்க அடியான் வேறு வேண்டுமா?" என்று யாரும் கேட்டு விடாதீர்கள் அடியான் இல்லையென்றால் அவர் சொல்லாததையெல்லாம் சொன்னதாகத் திரித்துச் சொல்ல

முடியாது; அப்படிச் சொல்லா விட்டால் ஆசானுக்கு அசட்டுப் பட்டத்தைத் தவிர வேறொன்றும் மிஞ்சாது.

அதனால்தான் இம்மாதிரி விஷயங்களைப் படிக்கும் போதே பக்தியுடன் படிக்க வேண்டுமென்று சொல்கிறோ- ம் கேட்டால்தானே?

11

சரி, இதையாவது கேளுங்கள்: உத்தமமான காரியமொன்றை உடனே செய்யுமாறு இங்கே ஆசான் சொல்லாமல் சொல்கிறார்-அதிலும் யாருக்குச் சொல்கிறார்?- செல்வமும் செல்வாக்கும், அழகும் ஆரோக்கிய மும் படைத்த சீமான்களுக்குச் சொல்கிறார்-எப்படிச் சொல்கிறார்?- அடித்துச் சொல்கிறார்:

உத்தமம், உத்தமம், உத்தமம்
உறவை மறப்பதே உத்தமம்!
உத்தமம், உத்தமம், உத்தமம்
துறவி யாவதே உத்தமம்!
உத்தமம், உத்தமம், உத்தமம்
உள்ளதைக் கொடுப்பதே உத்தமம்!
உத்தமம், உத்தமம், உத்தமம்
எத்தரைக் காப்பதே உத்தமம்!

ஏ, செல்வச் சீமான்களே! 'நம்மிடம் பணம் இருக் கிறது, பாக்கியம் இருக்கிறது, நமக்கென்ன குறை? என்று கர்வம் அடைய வேண்டாம். அப்படி அடைந்தால் 'வேதாந்தத்தைக் கை விட்டு விட்டு, 'துரதிர்ஷ்ட'த்தைக் காட்டி அடியான் உங்களைப் பயமுறுத்த நேரும் - ஜாக்கிரதை! அதிர்ஷ்டம் துரதிர்ஷ்டமாகும்போது அத்தனையையும் ஒரே நிமிஷத்தில் இழந்துவிடுவீர்கள்!-ஆமாம், சொல்லிவிட்டேன் - அப்படி இழக்காமலிருக்க நீங்கள் என்ன செய்ய வேண்டும்?- இல்லறத்தை விட்டுத் துறவறத்தை மேற்கொள்ள வேண்டும்; அடைய முடி யாத பேரின்பத்துக்காக அடையக்கூடிய சிற்றின்பத்தைக் கைவிட வேண்டும்; பணத்தையும் பாக்கியத்

தையும் துச்சமாகக் கருதும் பக்குவ நிலையை அடைய வேண்டும்.

ஆஹா! அந்தப் பக்குவ நிலையை நீங்கள் அடைந்து விட்டால் எங்களுக்கு என்ன குறை? எங்கள் மடத்துக்குத்தான் என்ன குறை?- பணத்தைத் துறந்தாலும், பசியைத் துறக்க முடியாத நாங்கள் பக்குவமாகக் காலத்தைக் கடத்தி விடுவோமே!

அந்தோ, சொப்பனாவஸ்தையிலுள்ள சுகம் உங்களுக்குத் தெரியவில்லையே, என்ன செய்வோம்? எப்படி உங்களை ஏய்ப்போம்?

12

போகட்டும் - வாழ்வுக்குத்தான் வேதாந்தம் வேண்டாம்; சாவுக்குமா வேதாந்தம் வேண்டாம்? உங்களுக்குத்தான் அதற்கு நேரமில்லை; எங்களுக்குமா அதற்கு நேரமில்லை?- அட, பாவிப் பயல்களா! காலை மாலையானாலும் மாலை காலையானாலும், பகல் இரவானாலும் இரவு பகலானாலும், கோடை குளிரானாலும் குளிர் கோடையானாலும், முன்பனி பின்பனி யானாலும் பின்பனி முன்பனியானாலும் எந்தவிதமான கவலையுமின்றி நீங்கள் பேசாமல் உங்கள் காரியத்தைப் பார்த்துக் கொண்டிருக்கிறீர்களே!- 'நாள் உயிரை அறுக்கும் வாள்' என்று உங்கள் வள்ளுவன் சொல்வதைக் கேட்டாவது நீங்கள் ஏன் ஒரு நாளைப் போல ஒப்பாரி வைக்கக்கூடாது?

இன்று துன்பம்; நாளை இன்பம்'
என்று நினைப்ப தேனடா?
சென்ற நாட்கள் சென்ற தென்று
இன்று மகிழ்வ தேனடா?
கொன் றழிக்கும் கவலைக் குழியில்
குமைந்து நித்தம் வாடடா? '
என்றும் துன்பம்; என்றும் துன்பம்'
என்று எமனை நாடடா!

இங்கேயும் ஆசானை அடியான் கொஞ்சம் மிஞ்ச வேண்டியிருக்கிறது-அதாவது, அவர் சொல்லி விட்டார் என்பதற்காக நீங்கள் உடனே எமனை நாடிவிட வேண்டாம். அவ்வாறு நாடுவது உங்களுக்கு நன்மை பயக்குமோ என்னவோ, எங்களுக்கு நன்மை பயப்பதாகா. எனவே உடம்பில் தெம்புள்ளவரை எலும் பொடியப் பாடுபட்டு, அவ்வாறே மற்றவனும் பாடுபட வேண்டும் என்று எதிர்பார்க்காமல் வாழ்ந்து, போது மான உணவற்று உடையற்று, வீடற்று வாசலற்றுப் பொருள் தேடி, மனைவி மக்கள்மேல் பற்றற்றிருந்து, அவர்கள் செத்தால் வேதாந்தம் பேசி, உள்ள பொருளை எடுத்துக் கொண்டு வந்து ஊர் மடத்து எத்தர்களுக்குக் கொடுத்துவிட்டு, உடனே நீ எமனை நாடுவாயாக!

13

"அட மடையா! உனக்குப் புத்தி சொல்வார் இல்லையே?- கோபம் வேண்டாம்; என்னைப் 'புத்தி சாலி' என்று நீ நினைக்க வேண்டுமானால், உன்னை நான் மடையா!" என்று அன்புடன் அழைக்க வேண்டாமா?-- கேள்: வாழும்போதுதான் 'மனைவி மக்கள், மனைவி மக்கள்' என்ற பந்தத்துடன் நீ வாழ்கிறாய்; சாகும்போதாவது 'மனைவி மக்கள், மனைவி மக்கள்' என்ற பந்தத்தை விட்டுவிட்டுச் சாகக் கூடாதா?- ஏன் இந்தக் கஷ்டம், இதனால் எங்களுக்கு எவ்வளவு நஷ்டம்?

'ஏழுஜன்மம்' என்று நாங்கள்
எண்ணிப் பார்த்துச் சொல்லியும்
ஏனிந்தக் கஷ்ட மெல்லாம்?'
என்று விண்ணைக் காட்டியும்
வாழும்போதும் 'மனைவி மக்கள்'
என்று நீங்கள் வாழ்வதா?
சாகும்போதும் 'மனைவி மக்கள்'
என்று நீங்கள் சாவதா?

' ஒன்று, இரண்டு, மூன்று என்று எண்ணி, மொத்தம் ஏழு ஜன்மங்கள்; ஏன் இந்தக் கஷ்டம்?' என்று சொல்லிப் பார்த்தோம் - நீங்கள் கேட்க வில்லை; 'எண்ணத் தொலையாத ஜன்மங்கள்' என்று எண்ணாமலே சொல்லிப் பார்த்தோம் - அப்பொழுதும் நீங்கள் கேட்கவில்லை. ஜன்மத்துக்கு ஜன்மம் வாழும் போதும் 'மனைவி மக்கள்' என்கிறீர்கள்; சாகும்போதும் மனைவி மக்கள் என்கிறீர்கள்! - இப்படியே போய்க் கொண்டிருந்தால் எங்கள் மடத்தில் காஷாயதாரி களுக்குப் பதிலாகக் 'கழுதைகளல்லவா வந்து குடியேறும்? விதவைகள் தரும் சுகத்துக்குப் பதிலாக வேதனையல்லவா மிஞ்சும்?

14

இந்த இலட்சணத்தில் எங்களுக்குள் போட்டி வேறு - "என்ன போட்டி?" என்கிறீர்களா? - உங்களைப் போன்ற பாபாத்மாக்களுக்குப் புண்ணியத் தைச் சம்பாதித்துக் கொடுப்பதில் நாங்கள் போட்டுக் கொள்ளும் போட்டிதான்!

போட்டி போட்டி போட்டிடா,
போட்டி நித்தம் போட்டிடா!
இருட்டுச்சாமி இடத்தைப் பிடுங்க
திருட்டுச்சாமி போட்டிடா!
திருட்டுச்சாமி இடத்தைப் பிடுங்க
இருட்டுச்சாமி போட்டிடா!
போட்டி போட்டி போட்டிடா.
போட்டி நித்தம் போட்டிடா!

சாமிகளில்-அதாவது, சந்நியாசம் வாங்கிக் கொண்ட சாமிகளில் இரண்டு விதம் உண்டு. ஒன்று இருட்டுச் சாமி; இன்னொன்று திருட்டுச் சாமி. இதையே பரம்பரைச் சாமி, பஞ்சத்துச் சாமி என்றும் சொல்லலாம். இந்த இரண்டு சாமிகளுக்கும் வேஷம் ஒன்றாயிருந்தாலும் வயிறு பிழைக்கக் கையாளும் முறைகள் வெவ்வேறாயிருக்கும். அது

அது எப் படியென்றால் பிச்சை எடுப்பதும் தானம் பெறுவதும் ஒன்றாயிருந்தாலும், சிலரால் வெவ்வேறாகக் கருதப் படுவது போல!

மேலும், இருட்டுச் சாமியாகப்பட்டது வீட்டுக்கு வீடு தேடி வராது.

கால்களுக்குக் கூட வேலை கொடுக்காமல் உட்கார்ந்த இடத்திலேயே உட்கார்ந்த படி, தனக்கு வேண்டியதை தானமாகப் பெற்றுக் கொள்ளும்; பகலில் பரலோகப் பிராப்தியை அடைய முயற்சி செய்து, இரவில் இகலோகப் பிராப்தியை அடையும். திருட்டுச்சாமி அப்படி யல்ல; அது வீட்டுக்கு வீடு தேடி வந்து பிச்சை கேட்கும் - யாரும் இல்லாத சமயத்தில் கால்களுக்கு வேலை கொடுப்பது போல் கைகளுக்கும் வேலை கொடுக்கும். போலீஸாரிடம் சிக்கிக் கொண்டால், 'அடியேன் திருமங்கை யாழ்வார் பிறந்த திரு நட்சத்திரத்தில் திரு அவதாரம் எடுத்தவன்; விட்டுவிடுங்கள் என்னை; தயவு செய்து விட்டுவிடுங்கள் என்னை!' என்று விஞ்ஞாபிக்கும். விடாவிட்டால், 'உயிரே உடலென்னும் சிறைக்குள் இருக்கும்போது நாம் உலகென்னும் சிறைக்குள் இல்லாவிட்டால் என்ன?' என்று தன்னைத் தானே தேற்றிக்கொண்டு, மூன்றுமாத காலமோ ஆறுமாத காலமோ இருட்டறைக்குச் சென்று வரும் - அதாகப் பட்டது, ஒரு துளி வியர்வையைக்கூட வீணாக்காமல் இகலோகப் பிராப்தியை அடையத்தான் அதற்குத் தெரியுமே தவிர, பரலோகப் பிராப்திக்கு முயற்சி செய்வதுபோல் அவ்வளவு பக்குவமாக நடிக்கத் தெரியாது. இதனால் அந்தச் சாமியை இந்தச் சாமி தூற்ற, இந்தச் சாமியை அந்தச் சாமி தூற்ற, போட்டியும் பொறாமையும் வளர்ந்து விடுகிறது; விதவைகளாலும் விருத்தர்களாலும் கொடுக்கப்படும் கௌரவம் வீணாகி விடுகிறது-இதுவே நம் மதிப்புக்குகந்த ஆசானின் கட்சி.

'முற்றுந் துறந்தார்க்குக் கௌரவம் எற்றுக்கு?' என வினவற்க; அஃது மயிரினும் ஓம்பப் பெறும் - அதாவது, மொட்டை யடித்துக் கொள்ளும்போது ஆசான் மயிரைப்

பொருட்படுத்தாமல் இருப்பது போலக் கௌரவத்தைப் பொருட்படுத்தாமல் இருக்க முடியாது எனப் பொருள் கொள்க - எற்றுக் கெனின், காணிக்கை கௌரவத்தில் தொக்கி நிற்றலால்!

15

அன்று தான தருமம் செய்த தனவானின் மனைவி இன்று தரித்திரத்தில் உழன்றாலென்ன? அவளுடைய மக்கள் வறுமையால் வாட்டப்பட்டா லென்ன? வரகரிசிச் சோற்றுக்கும் வாய்க்காலில் ஓடும் தண்ணீருக்குங்கூட வழியின்றி அவர்கள் தெருத் தெருவாய், வீடு வீடாய் அலைந்தால்தான் என்ன என்ன? - அந்தத் தனவான் அந்த லோகத்தில் ஆனந்தமாக இருப்பாரே, அது போதாதா? இந்த லோகக் கவலை இவர்களுக்கு ஏன்?-இருந்தால் துன்பம் செத்தால் இன்பம்-இவ்வளவுதானே விஷயம்-? ஐயோ! இது தெரியவில்லையே, உங்களுக்கு?

நரம்பு நைந்தும் நரை விழுந்தும்
ஐயோ, ஐயோ!
நாரியர் மேல் ஆசை ஏனோ
ஐயோ. ஐயோ!
பல் விழுந்தும் பவி சிழந்தும்
ஐயோ. ஐயோ!
பாசம் ஏண்டா,பாவிப் பயலே!
ஐயோ, ஐயோ!

எனக்கு நம்பிக்கையில்லை - ஊஹூம், எனக்கு நம்பிக்கை இல்லவே இல்லை. காலம் போகிற போக்கைப் பார்த்தால் ஒரு பக்கம், 'ஐயோ ஐயோ!' என்று அடிவயிற்றில் அடித்துக் கொள்ள வேண்டும் போலிருக் கிறது; இன்னொரு பக்கம் ஆத்திரம் ஆத்திரமாகப் பற்றிக்கொண்டு வருகிறது- ஏண்டா, பாவிப் பயலே! உனக்குப் பின்னால் உன் மனைவி மக்கள் சோற்றுக்குத் தாளம் போடக்கூடாது என்று நினைக்க நீ யார்?- நான் அப்படி நினைக்கிறேன் என்றால் நீயுமா அப்படி

நினைக்க வேண்டும்?- சுத்த அஞ்ஞானியாயிருக் கிறாயே அவர் மனைவி மக்களுக்கும் உனக்கும் என்ன சம்பந்தம்? எந்த ஜன்மத்தில் சேர்ந்தீர்கள், இந்த ஜன்மத்தில் நீங்கள் சேர்ந்திருக்க? 'அதுதான் உனக்கும் தெரியாது! எனக்கும் தெரியாதே!' என்று அதிகப் பிரசங்கித்தனமாகச் சொல்லாதே; 'சுவாமி! அதுஎனக்குத் தெரியாது; முக்காலும் உணர்ந்த முனிபுங்கவரான தங்களுக்குத்தான் தெரியும்' என்று அடக்க ஒடுக்கத்துடன் பதில் சொல்! -ம், எந்த ஜன்மத்தில் சேர்ந்திருந்தீர்கள், இந்த ஜன்மத்தில் நீங்கள் சேர்ந்திருக்க?- சொல்லடா, இன்னுமா உன் மூளை குழம்பவில்லை?-

அப்படியானால் கேள்: உன்னுடைய ஆன்மாவுக்கும் உன் மனைவியின் ஆன்மாவுக்கும் என்ன சம்பந்தம்? ஒன்று, மற்றொன்றை ஏன் ஒட்டி நிற்க வேண்டும்; இந்த ஜன்மத்தில் மனைவி என்று கருதும் உனக்கும் உன் உயிருக்கும் மற்றொரு ஜன்மத்தில், முன் அல்லது பின் ஜன்மத்தில் என்ன சம்பந்தம்? ஆன்மாக்களுக்குப் பந்துத்வம் ஏது, பாசந் தான் ஏது? ஒரு ஜன்மத்தில் ஏற்பட்ட நிலையில்லாத ஒரு சம்பந்தத்தைப் பற்றி ஏன் விசாரம்? முடிவில்லாத கால அளவில் ஓர் உயிரின் காலம் எம்மாத்திரம்? கணமே போன்ற ஓர் அற்பம் அல்லவா? உன்னுடைய காலம் முடிந்ததும் உனக்கும் உன் மனைவிக்கும் என்ன சம்பந்தம்? அதைப் பற்றி ஏன் சிந்தனை? - எங்களுக்குப் பயன் தராத -இல்லையில்லை, உங்களுக்குப் பயன் தராத அந்தச் சிந்தனைகளை நீங்கள் விலக்க வேண்டுமல்லவா?

மனைவியின் விஷயமே இப்படியென்றால் பணத்தைப் பற்றி என்ன கேள்வி-? அது ஓர் உயிரற்ற பொருள்தானே? - அதற்காக நீ உயிரைக் கொடுத்தது ஒரு பக்கம் இருக்கட்டும்; அதை இப்போது நினைத்துக் கொள்ளாதே! - அது ஓர் உயிரற்ற பொருள்தானே? 'ஆமாம்' என்று சொல்; அப்பொழுதுதான் வியாகர ணத்தைத் தொடர்ந்து செய்ய முடியும் - சரி, சொல்லி யாயிற்றா?- உடலை விட்டு வெளியேறின உனக்கும் அதற்கும் என்ன சம்பந்தம்? அதைப்பற்றி என்ன கவலை, உனக்கு?

என்ன, ஒன்றும் புரியவில்லையா? எல்லாம் ஒரே குழப்பமாயிருக்கிறதா?-ஆஹா! அதுவே வேதாந்த நிலை, அதுவே வேதாந்த நிலை, அதுவே வேதாந்த நிலை!

இத்தகைய பரவச நிலையை நாம் அடைவதற்கு விரோதமாயிருப்பவர்கள் யார்,தெரியுமா? - 'படிக்காத புத்திசாலிகள்'தான். 'அட, சரித்தான் போய்யா- எவளாயிருந்தாலும் அவளைக் கை பிடிச்ச தோசத்துக்குக் கஞ்சி வார்க்க வேணாம்? இருக்கிறவரையிலே 'நீ என் பெண்டாட்டி, கண்ணாட்டி'ங்கிறது; போறப்போ 'நீ யாரு, நான் யாரு?'ன்னு கேட்டுப் புள்ளை குட்டிகளையெல்லாம் நடுத்தெருவிலே விட்டுட்றதா? - நல்லாயிருக்கே, உன் ஞாயம்? போய்யா, போ!' என்று அவர்கள் நம்மை விரட்டி விடுகிறார்கள்.

இவர்களுடைய மூளையை நாம் குழப்புவது எப்படி? இவர்களுடைய மடியிலே இவர்களுக்குத் தெரியாமல் நாம் கையை வைப்பது எப்படி?- 'ஐயோ, என் ஆசானே! நான் என்னடா, செய்வேன்?'

அஞ்சற்க; 'படித்த புத்திசாலிகள்' நமக்குப் பக்கத் துணையா யிருப்பார்கள்' என்கிறாயா? - ஆமாம் - அவர்கள் நல்லவர்கள்; ரொம்ப நல்லவர்கள்; ரொம்ப ரொம்ப நல்லவர்கள் - வயது இடங் கொடுக்கும் வரை அவர்கள் வாழ்க்கையை அனுபவித்து விட்டு, வயது இடங் கொடுக்காதபோது வேதாந்த விசாரத்தில் இறங்கிவிடுவார்கள்; புதுப் புது ரகசியங்களையெல்லாம் கண்டுபிடித்துப் புத்தகங்கள் வெளியிடுவார்கள். திண்ணைப் பிரசாரம் தொடர்ந்து நடக்கும். திருத் தொண்டர் குழாமும் சேரும். பரதேசிப் பயல்கள் பாரத நாடெங்கும் பல்கிப் பெருகுவார்கள். 'பசி கோவிந்த'ங்கள் 'பஜகோவிந்த'ங்களாகும். பண்பாடு பாவங்களின் உறைவிடமாகும்; பக்தியும் முக்தியும் அதற்குப் பட்டுத் திரைகளாகும் - பயமில்லை, பயமே இல்லை!

16

எந்த விஷயத்தில் எனக்கு ஏன் இவ்வளவு கவலை, தெரியுமா? - கெட்டுப் போச்சு: காலம் கெட்டுப் போச்சு! ரொம்பக் கெட்டுப் போச்சு; ரொம்ப ரொம்பக் கெட்டுப் போச்சு!- என்னதான் சுற்றி வளைத்துச் சொல்லட்டுமே, எவன் கேட்டுத் தொலைக்கிறான்? 'வேலைக்குப் போக நேரமாச்சு; வெட்டிப் பேச்சை விட்டு விட்டு நீயும் வேலைக்குப் போடா!' என்று கழுத்தைப் பிடித்துத் தள்ளுகிறானே?- இவர்களுக்காக வியர்வை சிந்தினால் நமது மூலதனங்களான விபூதியல்லவா கலைந்து போகும்? நாமமல்லவா கரைந்துபோகும்?

-ம், பாதக் குறடுகளைத் தூக்கச் சொன்னால் பக்தி சிரத்தையோடு தூக்கிக்கொண்டிருந்த பயல்களெல்லாம் இப்போதுதான் பகுத்தறிவைப் பற்றிப் பேச ஆரம்பித்து விட்டான்களே!-இவர்களுடைய நெற்றியில் விபூதியைத் தேய்த்துப் பூசுவது எப்படி? இவர்களுடைய நெற்றியில் நாமத்தைக் குழைத்துப் போடுவது எப்படி?- தில்லையம்பலத்து ஆடுங் கூத்தனா,நமது கையைத் தள்ளாமலிருக்க? திருவரங்கத்துப் பள்ளிக்கொண்ட பெருமானா, நம்மைத் தடுக்காமலிருக்க? - அவர்களுடைய கைகள் அசைவதில்லை; இவர்களுடைய கைகள்தான் அசைந்து தொலைகிறதே! கடவுளை ஏமாற்றினாலும் ஏமாற்றலாம்; இவர்களை ஏமாற்ற முடியாது போலிருக்கிறதே!

என்ன சொல்லி என்னடா,
என்ன செய்து என்னடா?
'உன்னை ஆசை விட்டதா,
என்னை ஆசை விட்டிட?
என்னை ஆசை விட்டதா,
உன்னை ஆசை விட்டிட?'
என்றுகேட்கும் இந்த நாளில்
என்ன செய்வேன், நானடா!

வருந்தற்க; சொல்வதுபோல் சொன்னால் பொய்யும் மெய்யாகிவிடும். சொல்; சொல்வதைத் தொடர்ந்து சொல் என்கிறாயா?- சொல்கிறேன்; தொடர்ந்து சொல்கிறேன்:

ஏ, பாபாத்மாக்களே! என்னைப் பிடித்த ஆசை இன்னும் விடவில்லை என்பது வேறு விஷயம் உங்களைப் பிடித்த ஆசை விட்டதா? விடவில்லை யென் றால் அதற்காக நீங்கள் ஆண்டவனைக் கூவி அழைக்கத்தான் வேண்டும் - என்னதான் கூவியழைத்தாலும் அவர் எங்கே வரப் போகிறார்? எத்தனையோ வருடங்களாக எத்தனையோ பேர் கூவியழைத்தாலும் அவர்தான் வரவே யில்லையே? என்ற ஐயம் வேண்டாம்; அவர் வந்தாலும் வராவிட்டாலும் நீங்கள் பக்தி நிலைக்கு அவசியம் வந்துவிடுவீர்கள் - அதாவது, பைத்தியக்காரனாகி விடுவீர்கள் என்பது இங்கே உட் பொருள்; எனவே வெளிப்பொருளோடு நிற்க!- அத்தகைய பக்தி நிலைக்கு நீங்கள் வந்துவிட்டால் உடனே சக்தி பெற்றுவிடுவீர்கள். அந்தச் சக்தியின் காரணமாக ஆசைகளை எதிர்க்கும் திறன் வந்து சேர்ந்தோ, அல்லது அதற்கு அவசியமே இல்லாமலோ நீங்கள் பைத்தியக்கார ஆஸ்பத்திரியில் இடம் பெற்றுவிடுவீர்கள்! - அதற்குப் பின் ஓம் சாந்தி, ஓம் சாந்தி, ஓம் சாந்திதானே?- சமூகத்தைப் பற்றி உங்களுக்கும் கவலையில்லை; உங்களைப் பற்றிச் சமூகத்துக்கும் கவலையில்லை. ஆஹா, அந்த நிலையல்லவா பேரானந்த நிலை? – கூவுங்கள்- ஓ, ஆண்டவா! ஓ, ஆண்டவா! ஓ, ஆண்டவா!

நீங்கள் கூவிக்கொண்டே இருங்கள்; நாங்கள் காதும் காதும் வைத்தாற்போல் காரியத்தைப் பார்த்துக்கொண்டிருக்கிறோம்.

17

உங்களுக்குத் தெரியுமா, சக்தி எங்கே இருக்கிறது?- அணுகுண்டிலா, ஹைட்ரஜன் குண்டிலா? அணைக்கட்டிலா, ஐந்தாண்டுத் திட்டங்களிலா? அவற்றிலெல்லாம் ஒன்றுமில்லை; பக்தியில்தான் இருக்கிறது:

சக்தியில்லை சக்தியில்லை
சக்தியில்லை, இல்லையே!
பக்தியின்றிச் சக்தியில்லை
சக்தியில்லை, இல்லையே!
முக்தியில்லை முக்தியில்லை
முக்தியில்லை, இல்லையே!
பக்தியின்றி முக்தியில்லை
முக்தியில்லை, இல்லையே!

மனிதன் மண்ணை எப்படி வெல்கிறான்? காற்றை எப்படி வெல்கிறான்? ஆகாயத்தை எப்படி வெல்கிறான்?- எல்லாம் பக்தியால்தான்.

'இது என்ன, பச்சைப் பொய்யாயிருக்கிறதே!' என்கிறீர்களா?- அதுதான் மதம்; அதுதான் சம்பிரதாயம் - அதாவது, அறிவு வேண்டும் ஞானம் வேண்டும் என்று சொல்லிக்கொண்டே அவற்றைக் கொஞ்சங் கொஞ்சமாகக் கொன்றுவிடுவது!

சரி, முக்தி எங்கே இருக்கிறது?-ஒரு முழங் கயிற்றிலா, ஒரு துளி விஷத்திலா? பாழுங் கிணற் றிலா, பாதை விபத்திலா?- அவற்றிலெல்லாம் ஒன்று மில்லை; அதுவும் பக்தியில்தான் இருக்கிறது.

சக்தியும் முக்தியும் ஒருங்கே சேர்ந்திருக்கும் இந்தப் பக்தியை அடைய நீங்கள் வேண்டும்?- காசிக்குப் போனால் போதாது; கங்கா ஸ்நானம் செய்தால் போதாது- ஆமாம், எப்பொழுதாவது நாங்கள் 'போதும்' என்று சொல்லியிருந் தாலும் இப்பொழுது அவை போதவே போதாது- அதற்கு மேல் நீங்கள் என்ன செய்ய வேண்டும்?- உள்ளத்தில் இருக்கும் பற்றனைத்தையும் ஒழிக்க வேண்டும் அவ்வாறு ஒழிக்கும் போது பகவானின் பற்றையும் சேர்த்து ஒழித்து விடாதீர்கள்!-அதை நம்பித்தான் எங்கள் வேதங்கள் இருக்கின்றன; புராணங்கள் இருக்கின்றன; இதிகாசங்கள் இருக்கின்றன - கடைசியாக நாங்களும் இருக்கிறோம்; சரிந்து விழுந்த எங்கள் தொந்திகளும் இருக்கவே இருக்கின்றன-

என்ன செய்ய?- உண்மையை இவ்வளவு பச்சையாக எடுத்துச் சொல்ல எங்களுக்கு வெட்கமா யிருக்கிறது; அதற்குத்தான் வேதாந்தத்தைக் கட்டிக் கொண்டு அழுகிறோம்; அந்த வேதாந் தத்துக்கு முடிவில்லாத வியாகரணம் செய்து கொண்டிருக்கிறோம் -ஆஸ்திகத்துக்கும் அது இடங் கொடுக்கிறது; நாஸ்திகத்திற்கும் அது இடங்கொடுக்கிறது- அப்படியிருக்கும் போது நீங்களும் அதை ஏன் கட்டிக் கொண்டு அழக்கூடாது? வாலிபத்தில் கட்டிக் கொண்டு அழமுடியாவிட்டாலும் வயோதிகத்திலாவது கட்டிக்கொண்டு அழக்கூடாதா?- உங்களுக்கும் ஆறுதலாயிருக்கும்; எங்களுக்கும் ஆறுதலா யிருக்குமே!- இல்லாவிட்டால் ஏமாறுபவர்கள் ஏமாறட்டும் என்று நீங்கள் பேசாமலாவது இருங்கள்; உங்களுக்கு வேண்டுமானால் 'பண்பாட்டின் பாதுகாவலர்கள்' என்ற பட்டத்தை நீங்கள் கேட்காமலே நாங்கள் கொடுத்துவிட்டுப் போகிறோம் - எப்படி, நம் உடன் படிக்கை?

18

இங்கே 'உடன்படிக்கை'க்குப் பதிலாக ஓர் 'உவமை' சொல்கிறேன் — தாகத்தைத் தேடினால் தண்ணீரைத் தேடவேண்டும் அல்லவா? - ஸ், 'தாகத்தை யாரும் தேட வேண்டியதில்லை; தானாகவே எடுக்கும்' என்று 'அபசகுனம்போல் யாரும் குறுக்கிடாதீர்கள்!- தாகத்தைத் தேடாமல் இருந்துவிட்டால்? தண்ணீரைத் தேட வேண்டிய அவசியமில்லை. அதே மாதிரிதான் மோகமும் - மோகத்தைத் தேடினால் போகத்தைத் தேடவேண்டும். மோகத்தைத் தேடாமல் இருந்துவிட்டால்? போகத்தைத் தேடவேண்டிய அவசியமில்லை - அதற்கு வழி என்ன?-சொல்கிறேன் சொல்கிறேன், ஆனந்தமாகச் சொல்கிறேன்-நீங்கள் மட்டும் குறுக்குக் கேள்வி போடாமல் இருந்தால், இன்னும் ஆனந்தமாகக்கூடச் சொல்வேன், சொல்வேன், சொல்லிக்கொண்டே இருப்பேன்:

சாகதாகங் கொள்ளடா,
சாகதாகங் கொள்ளடா!
மோகதாகம் ஏனுனக்குச்
சாகதாகங் கொள்ளடா!
சாகதாகங் கொள்ளடா,
சாகதாகங் கொள்ளடா!
போகதாகம் ஏனுனக்குச்
சாகதாகங் கொள்ளடா!

'செல்வம், செல்வம்' என்கிறீர்களே, எது செல்வம்? - 'வேண்டாமை' என்பதே செல்வம்- அதாவது வீடு வேண்டாம், வாசல் வேண்டாம், சோறு வேண்டாம் கறி வேண்டாம், வேட்டி வேண்டாம் சட்டை வேண்டாம் - ஏன், கோவணங்கூட வேண்டாம் என்று சொல்லிவிடுவதே செல்வம்!

இது கொஞ்சம் விரஸமாகப் படலாம் - இருந்தாலும் விஷயத்துக்கு அழுத்தம் கொடுக்க வேண்டுமல்லவா?- அதற்காகத்தான் ரஸத்தைக் கொஞ்சம் கைவிட்டிருக்கிறேன்; மன்னிக்க.

மற்றவர்கள் 'வேண்டாம், வேண்டாம்' என்று சொல்லவில்லையே என்பதற்காக நீ வேண்டும், வேண்டும். என்று சொல்லிக்கொண்டிருக்காதே!- அவர்கள் விஷயம் புரியாமல் வாழ தாகங் கொண்டு விட்டவர்கள். அதனால்தான் ஆயிரம் வேலி நிலம் இருந்தாலும் இன்னும் ஓர் ஆயிரம் வேலி நிலம் கிடைக்காதா, அவசரமாகப் போவதற்கு ஆகாய விமானம் இருந் தாலும் அதையும் மிஞ்சக் கூடிய அசகாய விமானம் ஏதாவது வராதா என்று எண்ணியெண்ணி, எப்பொழுது பார்த்தாலும் கஷ்டத்துக்கு மேல் கஷ்டம் அனுபவித்துக் கொண்டிருக்கிறார்கள்:- இதற்குக் காரணம் என்ன?- சாகதரகங் கொள்வதிலுள்ள சுகம் அவர்களுக்குத் தெரியாதது தான்! - அந்தச் சுகத்தைக் கண்டவர்கள், அந்தச் சுகத்தைக் கண்டவர்கள் ஓ, யாரும் இல்லையா? - அதனாலென்ன, சொன்னால் நம்புவதை விட்டுவிட்டு

'முதலில் நீ செத்துக் காட்டு; பின்னால் நான் சாகிறேன்!' என்று நீங்கள் சொல்லவா போகிறீர்கள்?- அதற்குத்தான் மரணத்தை 'மரணம்' என்று சொல்லாமல் 'மோட்சம்' என்று சொல்லி நாங்கள் அப்போதே தப்பித்துக் கொண்டு விட்டோமே -நீங்கள் போங்கள், மோட்சத்துக்கு; சந்தோஷமாகப் போங்கள், மோட்சத்துக்கு; சஞ்சலமில்லாமல் போங்கள், மோட்சத்துக்கு - நாங்களும் உங்களுடன் மோட்சத்துக்கு வந்துவிட்டால் உங்களுக்குப் பின்னால் இருப்பவர்களை யார் மோட்சத்துக்கு அனுப்புவது?- போங்களடா கண்களா, போங்கள்; எங்களைத் திரும்பிப் பார்க்காமல், 'ஏன்?' என்று ஒரு வார்த்தைகூடக் கேட்காமல் போங்களடா கண்களா, போங்கள்!

19

எல்லோருக்கும் மோட்ச சாம்ராஜ்யத்தைக் காட்டிய பிறகு, ஆசானின் ஆனந்தம் இந்தப் பாட்டில் உச்ச நிலையை அடைகிறது. 'ஆனந்தம், ஆனந்தம், ஆனந்தம்' என்று அடுக்கி அடுக்கிச் சொல்கிறார்- ஏன், ஆனந்தத்தின் இடையறாத தன்மையை வேளை தவறாமல் கிடைக்கும் மடத்துச் சாப்பாட்டைப் போல உங்களுக்கு எடுத்துக் காட்ட!

ஆனந்தம் ஆனந்தம் ஆனந்தம்
அவனை நினைப்பதே ஆனந்தம்!
ஆனந்தம், ஆனந்தம், ஆனந்தம்
எவனை நினைப்பதே ஆனந்தம்?
ஆனந்தம், ஆனந்தம், ஆனந்தம்
அதைக் கேட்காமலிருப்பதே ஆனந்தம்!
ஆனந்தம், ஆனந்தம், ஆனந்தம்
அதைச் சொல்லாமலிருப்பதே ஆனந்தம்!

'அவனை நினைப்பதே ஆனந்தம்' என்று சொல்லும் போது, "எவனை நினைப்பது ஆனந்தம்?' என்று நீங்கள் கேட்கக்கூடாது. அப்படி நீங்கள் கேட்காம லிருப்பதும் அதைப்பற்றி நாங்கள் சொல்லாமலிருப்பதுமே ஆனந்தம் -

தெரிந்து கொள்ளுங்கள்; இப்பொழுதாவது தெரிந்து கொள்ளுங்கள்.

விஷயத்தை இவ்வளவு சுலபமாகத் தீர்த்துக் கட்டுவதை விட்டுவிட்டு, 'அவன் யார் என்றுதானே கேட்கிறீர்கள்?-அவன் தான் ஹரி என்று வைணவனும் அவன்தான். சிவன் என்று சைவனும் சொல்லிவிட்டு அவஸ்தைப் படுவதுண்டு; தங்களுக்குள் தாங்களே சண்டையிட்டுக் கொண்டு மண்டையை உடைத்துக் கொள்வதும் உண்டு. ஆனால் அதற்கெல்லாம் காரணம் 'அன்பே' தவிர, இவனுக்கு முன்னால் நாம் ஊரை ஏமாற்றிவிட வேண்டும் என்ற 'ஆத்திரம்' அன்று- நீங்கள்தான் சொல்லுங்களேன், இல்லாதவனை எந்தப் பெயரிட்டு அழைத்தால் என்ன? - எல்லாம் ஒன்றே!- பார்க்கப் போனால் அந்த ஒன்றும் இல்லை என்கிறார் மாணிக்கவாசகப் பெருமான்:

"ஒருநாமம் ஒருருவம்
ஒன்றுமில்லானுக்கு ஆயிரம்
திருநாமம் பாடி நாம்
தெள்ளேணம் கொட்டோமோ!"

ஆஹா! என்ன கும்மாளம், பாருங்கள் - ஒன்று மில்லாதவனுக்கு ஆயிரம் திருநாமம் பாடித் தெள் ளேணம் கொட்ட வேண்டுமாம்!- அது மட்டுமா!

"என்னுடை"யாரது எங்கள் அப்பன்
எம்பெரு மான் இம வான்மகட்குத்
தன்னுடைக் கேள்வன் மகன் தகப்பன்
தமையன் எம்ஐயன் தாள்கள்பாடி!"

என்றும் திருவாசகம் செப்புகிறது- அதாவது, சர்வே சுவரனுக்குப் பேதமில்லை. அவருக்குத் தகப்பனும் தமையனும் மட்டுமல்ல; தாயும் தாரமுங்கூட ஒன்றே! அதைக் கண்டு நாம் ஏன் குழம்ப வேண்டும்?- நாமும் அவ்வாறே நடந்து கொண்டால் போச்சு!

'துறவறத்தில் நினைத்தபோதெல்லாம் அவ்வாறு நடந்து கொள்ள முடியாதே!' என்கிறீர்களா?- அதனாலென்ன, அதற்கும் மாணிக்க வாசகரைப் போன்ற மகான்கள் வழி காட்டியிருக்கிறார்கள். அதாவது, பற்றற்ற அவர்களுடைய உள்ளம் சிற்றின்பத் தேன் சொரியும் சிறுக்கியைத் தேடி உருகும் போதெல்லாம், அதை இறுக வைக்கப் பின் வருவது போன்ற பாடல்களைப் பாடிப் பகற்போதைக் கழித் திருக்கிறார்கள்:

"தினைத்தனை உள்ளதோர்
பூவினில் தேனுண்ணாதே!
நினைத்தொறும் காண்தொறும்
பேசுந்தொறும் எப்போதும்
அனைத்தெலும்பு உள்நெக
ஆனந்தத் தேன்சொரியும்
இனிப்புடை யானுக்கே
சென்றூதாய் கோத்தும்பீ!"

பாடல் எப்படி?- இதே மாதிரி இரவு வரும் வரை நாமும் பேரின்பத் தேன் சொரியும் பெருமானை நாடி யிருக்கலாமே! எல்லாவற்றுக்கும் கொடுக்கிறவன் கொடுக்கும்போது இதிலென்ன கஷ்டம்?- கொஞ்சம் பொறுத்து அனுபவிக்க வேண்டியதை அனுபவித்தால் போச்சு!

20

ஆனால் நமக்குக் கொடுக்கும் அவர்களுக்கு நாமும் ஏதாவது கொடுக்க வேண்டாமா?- அதற்கு இதோ வழி!- எமன் வந்து விட்டானா? - எங்கே வந்து விட்டான்? வாசலுக்கே வந்துவிட்டானா? உள்ளே நுழைய வேண்டியதுதான் பாக்கியா? பாசக் கயிற்றை வீச வேண்டியதுதான் தாமதமா? - கலங்க வேண்டாம்; கவலை வேண்டாம்;

எடுஎடு, எடுஎடு,
கீதையை எடு எடு!
படிபடி, படிபடி,

ஒருவரி படிப்படி!
எடுஎடு, எடுஎடு,
கங்கையை எடுஎடு!
குடிகுடி, குடிகுடி.
ஒருதுளி குடிகுடி!

என்ன, குடித்துவிட்டாயா? அதோ பார் எருமைக் கடாவுக்கு முன்னால் எமன் எடுக்கிறான் ஓட்டம்!

அவ்வளவுதான்; அதற்குமேல் அங்கே நிற்காதீர்கள் - 'என்னவே, செப்படி வித்தை காட்டுதே?' என்று எவனாவது திருநெல்வேலி வேளாளன் பாஷையில் கேட்டாலும் சரி, 'ஆ பப்பு உடுக்கதண்டி!' என்று எவனாவது சென்னை கோமுட்டி பாஷையில் சொன்னாலும் சரி - காதில் விழாததுபோல் நழுவி விடுங்கள்; இல்லாவிட்டால் எமனை நீங்கள் விரட்டுவதற்கு முன்னால் உங்களை அவர்கள் விரட்டி விடுவார்கள்.

அப்படி நழுவ முடியாதவர்கள் எதற்கும் முதுகில் தலையணையைக் கட்டிக் கொண்டு செல்வது நல்லது!

21

இவ்வளவு தூரம் நம்மை எச்சரித்த பிறகு ஆசான் இப்போது அழுகிறார்-ஏன் அழுகிறார்?- பிறவிக் கடலைத் தாண்ட வேண்டுமாம் - ஏன் தாண்ட வேண்டுமாம்? ஊரை ஏமாற்றி, உழைக்காமல் உண்ணத்தான்! - அதற்கு ஆண்டவன் கூறும் ஆறுதல் என்ன? - பாடலைப் பாருங்கள்:

'வேண்டுகின்றேன் வேண்டுகின்றேன்
வேண்டுகின்றேன், கடவுளே!
பிறவிக்கடல் தாண்டஉன்னை
வேண்டுகின்றேன், கடவுளே!'
பிறவிக்கடல் தாண்டவிஷம்
இருக்கும்போது, பக்தனே!
என்னை எதற்கு வேண்டவேண்டும்?
எடுத்துக்குடிப்பாய், பக்தனே!'

ஆண்டவன் இவ்வாறு சொல்லிவிட்டான் என்பதற்காக அவன் உண்ட ஆலகால விஷத்தை எடுத்துத் தானும் உண்டு பிறவிக் கடலைத் தாண்டி விடவில்லை ஆசான் - அவ்வாறு தாண்டிவிட்டால் அடியான்களின் கதி என்ன?- அதனால் தான், 'பிறவிக் கடலைத் தாண்ட வேண்டுமென்று சொல்ல வேண்டியவர்கள் நாங்கள்; தாண்ட வேண்டியவர்கள் நீங்கள்' என்கிறார் ஆசான் - தாண்டுங்கள் அதுவே கீதா சுலோகம்;

"ஸர் தர்மான் பரித்யஜ்ய
மாமேகம் சரணம் வ்ரஜ
அஹம் த்வாஸர்வ பாபேப்யே
மோக்ஷயிஷ்யாமி மாசுச!"

'மாசுச' என்றால், 'துயரத்தோடு சாக வேண்டாம்; சந்தோஷத்தோடு சாகுங்கள்!' என்று பொருள்- இது பகவான் வாக்கு; வியாசரின் வாக்கல்ல-அதாவது, பகவான் வியாசரைச் சிருஷ்டித்தார்; வியாசர் பகவானைச் சிருஷ்டித்தார். அவ்வளவுதான் விஷயம்; அதற்கு மேல் கேட்டால் அவனை 'நாஸ்திகன்' என்று அப்போதைக்கு ஒதுக்கி விடுங்கள்!

22

எல்லாவற்றுக்கும் லட்சணங்கள் இருப்பது போல ஞானிகளுக்கும் லட்சணங்கள் இருக்கின்றன. அந்த லட்சணங்கள் என்னென்ன? ஆசான் சொல்கிறார்:

எச்சில் இலையைக் கண்டதும்
எடுத்து நக்கித் தின்பவன்,
கந்தைத் துணியைக் கண்டதும்
கட்டி மனங் களிப்பவன்,
இச்சை கொண்ட போதெலாம்
இளித்துப் பெண்ணைப் பார்ப்பவன்.
எவனோ அவன் ஞானிடா,
எடுத்துச் சொன்னேன், பாரடா!

ஏ அஞ்ஞானிகளே! கேட்டீர்களா, மெய்ஞ்ஞானிகளின் லட்சணங்களை?- எவரும் எளிதில் அடைய முடியாத இந்தப் 'பேரின்பங்கள்' எதனால் அவர் களுக்குச் சித்தித்தன? -'படித்தால் கர்வம் வந்து விடுமே!' என்று தற்குறியாகத் திரிந்து, 'பெற்றோரை நேசித்தால் பற்று வந்து பற்றிக்கொண்டு விடுமே!' என்று அனாதையாக அலைந்து, உரிய வயதில் உழைத்துப் பொருளீட்டினால் உயிராசை வளர்ந்து நம்மை உயர்ந்தோனாக்கி விடுமே!' என்று ஊர் ஊராய்ச் சுற்றி, 'காலாகாலத்தில் கல்யாணம் செய்து கொண்டுவிட்டால் கண், காது, மூக்கு,வாய் ஆகிய நான்கு மூர்க்கரோடு ஐந்தாவது மூர்க்கரான 'அவ'ரையும் ஒருவாறு அடக்கி அதன் பயனாக ஒழுக்கம் பிழைத்துவிடுமே!' என்று எவளைப் பார்த்தாலும் இளித்து, கணவன் மறைந்த பின் கடவுளைத் தேடி வரும் காசுள்ள கைம்பெண்களுக்கு 'மோட்ச லோகம்' காட்ட முயன்று, கோயிலில் கடவுளைக் காணாவிட்டாலும் குப்பையில் எச்சிற் சோற்றையாவது காணலாம்' என்று கண்டதை எடுத்து உண்டு களித்து, சமூகத்துக்குத் தொல்லையாக, தேசத்துக்குச் சாபக்கேடாக, உலகத்துக்கு உதவாக்கரையாக உழன்று நெளிந்து புழுத்து றைந்ததாலல்லவா அவர்கள் ஞானியானார்கள்?- அவர்கள் அடைந்த பேற்றை நீயும் அடைய வேண்டாமா? அவர்கள் அடைந்த ஞானத்தை நீயும் அடைய வேண்டாமா? அவர்களைப் போலவே நீயும் பேறு பெற வேண்டாமா? அவர்களைப் போலவே நீயும் ஞானியாக வேண்டாமா? - படி; மாணிக்க வாசகர் அச்சோப்பதிகத்தில் வியந்து மகிழ்ந்து பாடி யுள்ள பாடல்களைப் படி,-ஞானம் முற்றி ஆடும் போது தகர டப்பாவில் தாளம் போட்டுக்கொண்டே, பாட வசதியா யிருக்கும்- படித்துப் பட்டம் பெற்று பதவியைத் தேடிப் பிடித்து, பணத்தோடு பணம் சேர்த்து, 'பாண்டியாக்' காரில் பவனி வரும் எங்களுக்கும் எங்கள் மனைவி மக்களுக்கும் அதுவே கண்கொள்ளாக் காட்சி, அதுவே கண் கொள்ளாக் காட்சி!

23

அத்தகைய கண்கொள்ளாக் காட்சிகளை நாங்கள் காணவேண்டுமானால் நீங்கள் வேதாந்தத்தைக் கடை பிடிக்க வேண்டியது முக்கியம் - அப்படி என்றால் என்ன?- சுருக்கமாகச் சொல்கிறேன் - இந்த உலகில் நாம் காண்பதெல்லாம் கனவு; காணாததெல்லாம் நனவு - இதுவே வேதாந்தம் - இந்த வேதாந்த விசாரத்தில் இறங்க வேண்டுமானால் நீ என்ன செய்ய வேண்டும்? வாழ்க்கை விசாரத்தைக் கைவிட வேண்டும்; அவ்வளவே. அதற்கு வழி என்ன? சைவமும் வைணவமும் ஒன்றே என்றாலும், 'கல்யாணக் குணங்கள்' நிறைந்த வைணவச் சம்பிரதாயத்தை யொட்டியே சொல்கிறேன் :

போடு போடு கோவிந்தா,
போடு போடு, கோவிந்தா!
நானுமில்லை நீயுமில்லை
போடு போடு,கோவிந்தா!
போடு போடு கோவிந்தா,
போடு போடு கோவிந்தா!
நீயுமில்லை நானுமில்லை
போடு போடு, கோவிந்தா!

கண்டுகொண்டாயா, வழியை? இங்கே நீயும் நானும் இல்லையென்றால் அங்கே மட்டும் என்ன இருக்கும்?- அதைப்பற்றி யோசிக்காதே! அப்படி யோசிக்க வேண்டுமென்று தோன்றினால் உடனே போட்டுவிடு,கோவிந்தா!

'கோவிந்தா, கோவிந்தா,கோவிந்தா!'

ஆஹா! இப்போது அந்த யோசனையே அடி பட்டுப் போய்விட்டது, பார்த்தாயா? - அதுவே வழி: அதுவே வழி! பிடித்துக்கொள்; கெட்டியாகப் பிடித்துக்கொள்!

விட்டுவிடாதே! - -விட்டால் உலகில் புலனாகும் பொருள்களனைத்தும் மெய்ப்பொருளிலிருந்து உண்டான பொய்ப்பொருள்கள் என்கிறார்களே, அப்படியானால் அந்தப் பொய்ப் பொருள்களை மெய்ப் பொருள் ஏன் படைத்தது? படைத்துவிட்டு எல்லாம் வெறுங் கனவு, எல்லாம் வெறுங் கனவு என்று ஆசானையும் அடியானையும் ஏன் கதறவைக்கிறது?' என்றெல்லாம் உனக்குக் கேட்கத் தோன்றும். அதற்கு இடங் கொடுக்காதே: கொடுத்தால் நாஸ்திகனாகி விடுவாய். போடு, கோவிந்தா! போட்டு விடு, கோவிந்தா!-வாழ்க் கைக்குக் கோவிந்தா! வளத்துக்குக் கோவிந்தா!- கோவிந்தா, கோவிந்தா, கோவிந்தா! சங்கராச்சாரிய சுவாமிகளே, சரணம்!

24

இதோ பார், 'அவன் வாழ்கிறானே, நாம் வாழவில்லையே!' என்று நீ ஏன் கவலைப்படுகிறாய்? ஏன் பொறாமை கொள்கிறாய்? ஏன் கோபங் கொள்கிறாய்? அவற்றை வளர்த்து ஏன் வாழ வழி கோலுகிறாய்?

உனக்கு நீதி வழங்காத அரசியலை எப்படியாவது கைப்பற்றிச் சமநீதி சமுதாயத்தை அமைக்க ஏன் துடிக்கிறாய்? அவன் நன்றாயிருந்தால் அது அவன் செய்த புண்ணியம்; நீ நன்றாயில்லாமல் இருந்தால் அது நீ செய்த பாவம்!-இது நம் தர்மமன்றோ? இந்தத் தர்மத்தைக் கடைப்பிடிக்கும் நமக்கு உலகிலுள்ள உயிர்களெல்லாம் கோவிந்தனின் கோயில்கள் அன்றோ? தம்பியான உன் உயிரும் அண்ணனான அவன் உயிரும் ஒன்றேயன்றோ? அப்படியிருக்கும் போது,

கோபம் வேண்டாம் அண்ணே,
போட்டநாமம் ஒண்ணே!
தம்பி போட்ட நாமம்
அண்ணன் நெற்றிக்காச்சு!
அண்ணன் போட்ட நாமம்
தம்பி நெற்றிக்காச்சு!

கணக்குத் தீர்ந்து போச்சு
காரியமும் ஆச்சு!

என்று எங்கள் ஆசான் பாட்டுக்கு நீ எதிர்ப் பாட்டுப் பாடலாமா? பதிலுக்குப் பதில் நாமத்தைப் போடலாமா? - ஓஹோ, அண்ணன் தம்பியா யிருந்தாலும் வாயும் வயிறும் வேறோ? - மறந்து விட்டேன்; மறந்தே விட்டேன்; அதனால்தான் பரஸ்பரம் நாமத்தைப் போட்டுக் கணக்கைத் தீர்த்துக்கொண்டு விட்டீர் களோ?- சரிதான், சரிதான்!- சாஸ்திரத்துக்கு இது விரோதமாயிருந்தாலும் சமூக தர்மத்துக்குச் சரிதான், சரிதான்!

'என்னடா, அடியான் இதை மட்டும் இப்படி ஆமோதிக்கிறானே?' என்று கலங்கவேண்டாம்

குடும்பம் இரண்டானால் கூத்தாடிக்கு மட்டுமல்ல; எங்களுக்கும் கொண்டாட்டந்தான்!

ஆனால் ஒன்று-இதனால் விபூதிக்கும் நாமத்துக்கும் சண்டை வேண்டாம்-போடுவது, அல்லது போட்டுக் கொள்வது எதுவாயிருந்தாலும் பொருள் ஒன்றே; இரண்டல்ல என்பது நினைவிருக்கட்டும்!

25

பார்க்கப்போனால் எது சமர்த்து? எதிர்ப்பை வளர்த்து இரண்டி லொன்றைத் தீர்த்துக்கொள்வதா சமர்த்து? - இல்லை; அத்துடன் பற்றையும் சேர்த்துக் குழப்புவதுதான் சமர்த்து!- எந்தப் பக்கமும் வெற்றி தோல்வி இல்லாமல் இருந்தால் தானே எந்தப் பிரச்னை யும் தீராமல் இருக்கும்? ஏதோ ஏமாந்த வரை லாபமும் கிடைக்கும்?- ஆடு; ஆடிக்கொண்டே பாடு!

ஆடு ஆடு கோவிந்தா,
நானே நீ கோவிந்தா!
ஆடு ஆடு கோவிந்தா,
நீயே நான் கோவிந்தா!

ஆடு ஆடு கோவிந்தா.
அவனே எல்லாம் கோவிந்தா!
ஆடு ஆடு கோவிந்தா.
அதுவே சமர்த்து கோவிந்தா!

ம், ஆடு! ஆடிக்கொண்டே பாடு!- 'நானே நீ; நீயே நான்' என்று வெறும் வாயால் சொல்லி விடுவ தால் ஒன்றும் குடிமுழுகிப் போகாது; தாராளமாகச் சொல், கிட்ட வரும்போது, 'எட்டி நில்!' என்று அதட்டி விரட்டிவிடலாம்- ம், ஆடு! வெட்கப் படாதே; ஆடு! தற்குறிகள் மலிந்த தமிழ்நாட்டில் நீ தைரியமாக ஆடலாம்; யாரும் உன்னைப் பார்த்துச் சிரிக்கமாட்டார்கள் - அதற்குப் பதிலாகக் கன்னத்தில் போட்டுக் கொள்வார்கள்; கற்பூர ஆரத்தி காட்டுவார்கள்; காணிக்கை செலுத்திக் கைகூப்பித் தொழுவார்கள்!

இந்தக் கேலிக் கூத்து தொடர்ந்து நடக்கட்டும்; எந்தப் பாவாத்மாவாவது உன்னைத் தேடி வரும். புண்ணியத்தைச் சம்பாதித்துக் கொள்ளவோ, அல்லது புத்திர பாக்கியத்தை அடையவோ தனக்கிருக்கும் சொத்துக்களை யெல்லாம் உன்னுடைய பஜனை மடத்துக்கு எழுதி வைக்கும். அதற்குப் பின் அதை நீ பிருந்தாவன மாக்கிவிடலாம்; பால் பேதமின்றி ஆணும் பெண்ணுமாகச் சேர்ந்து பஜனை செய்யலாம்; கோவிந்தன் திருவடிக்கு முன்னால், 'நீ யார், நான் யார்? உன் மனைவி யார், என் மனைவி யார்? உன் கணவன் யார், என் கணவன் யார்? எல்லாம் ஒன்றே, எல்லாம் அவனே, எல்லாம் அவன் திருவிளையாடலே!' என்று இரண்டறக் கலக்கலாம். பாவத்தைப் புண்ணியத்தில் தள்ளலாம்; நரகத்தை மோட்சத்தில் தள்ளலாம்-ஆஹா! எவ்வளவு அற் புதமான வாழ்க்கை! எவ்வளவு ஆனந்தமான வாழ்க்கை!

ஆடு; ஆடிக் கொண்டே பாடு!

ஆடு ஆடு கோவிந்தா.
நானே நீ கோவிந்தா!

ஆடு ஆடு கோவிந்தா.
நீயே நான் கோவிந்தா!

ஆண்டாள் திருவடிகளே சரணம்-இந்த ஆண்டாள் 'அந்த ஆண்டா'ளாகத்தான் இருக்கவேண்டு மென்பதில்லை; எந்த ஆண்டாளாகவும் இருக்கலாம்!

26

இம்மையில் பாவம் செய்பவர்கள் மறுமையில் அந்தப் பாவத்துக்குரிய பலனை அனுபவிப்பார்கள்' என்று இதுவரை சொல்லிவந்த ஆசான், இப்போது 'இம்மையில் பாவம் செய்பவர்கள் இம்மையிலேயே அதன் பலனை அனுபவிப்பார்கள்!' என்று மிரட்டுகிறார்- ஏனெனில், மறுமையில் எதையும் அனுபவிக்க விரும்பாமல் இம்மையிலேயே அவர் எல்லாவற்றையும் அனுபவிக்க விரும்புகிறார், பாருங்கள் - அதனால்தான் அதற்காகச் சொல்வதை அவர் ஒரு முறை சொல்லவில்லே; பலமுறை சொல்கிறார் - வருத்தத் சொல்கிறார்; மகிழ்ச்சியுடன் சொல்கிறார்; அழுதுகொண்டே சொல்கிறார்; ஆனந்தக் கூத்துடன் ஆடிக்கொண்டே சொல்கிறார் - இத்தனைக்கும் அவரிடம் அகப்பட்டுக்கொண்டு விழிப்பவை நாலே நாலு விஷயங்கள்-அவை படும் பாடு நடு நிசியில் நாலு சாமியார்களுக்கு நடுவே அப்பாவி விதவை யொருத்தி அகப்பட்டுக்கொண்டு படும்பாடு போலிருக்கிறது!

நாலுங் கண்ட மூடா.
நம்பி என்னை வாடா!
கோலுங் குடியும் வேண்டாம்,
கோவணத்தைக் கட்டு!
க்ஷேமம் உனக்குச் சொல்வேன்,
சிரம் வணங்கிக் கேளு!
நாமம் போட்டுக் கொள்வாய்,
நாலும் பறந் தோட!

தாபமும் காமமும் மோகமும், கோபமும் இல்வாழ்க்கைக்கென்று அமைந்த இயற்கை நியதிகளா யிருந்தால் என்ன? நாங்கள் சொல்லும் கடவுளே நாயகனாயிருந்தால்தான் என்ன? அவற்றுக்கு அதற்காக எத்தனை 'ருத்ராட்சப் பூனைகள்' எதிர்த்தா லும் அவற்றை நீங்கள் இப்படியா விடாப் பிடியாகப் பற்றிக் கொண்டிருப்பது? அப்படியே பற்றினாலும் அதற்காக எங்கள் காலையே வாரிவிடவா பார்ப்பது?- சீசீ. "நீயும் நானும் எதற்குமே காரணமாயிருக்க வில்லை; எல்லாவற்றுக்கும் நம்முள் குடிகொண்டிருக்கும் ஆன்மாவே காரணம்; அந்த ஆன்மாவே கடவுள்; அவன் செயலே எல்லாம்!" என்று நாங்கள் ஏதோ ஒரு பேச்சுக்கு எப்போதோ சொன்னாலும் சொன்னோம் அதை விடவே மாட்டோம் என்கிறீர்களே! சந்தர்ப்பத் துக்கு ஏற்றார்போல் அதைக் கொஞ்சம் மாற்றிச் சொன்னால் கேட்கவே மாட்டோம் என்கிறீர்களே?- இதோ பாருங்கள் ஆனானப்பட்ட எங்கள் கீதாசாரியனே சந்தர்ப்பத்துக்கு ஏற்றாற்போல் தாளம் போடுவதை:

'காமமும் ரஜோவேகமும் நீங்கிய சக்தியை மக்களிடத்தில் கண்டால் அந்தச் சக்தி நானே என்று அறிவாய்; தருமத்துக்கு முரண்படாத ஆசை மனிதர்களின் உள்ளத்தில் தோன்றினால் அந்த ஆசை நானே என்று அறிவாய்!'

இவ்வாறு பகவானே சொல்லிவிட்ட பின் 'அப்பீல்' எதற்கு? 'தருமத்துக்கு முரண்படாத ஆசை களுக்குப் பகவான் காரணமென்றால், தருமத்துக்கு முரண்பட்ட ஆசைகளுக்கு யார் காரணம்?' என்று நீங்கள் திருப்பிக் கேட்பதுதான் எதற்கு?

அப்படியே திருப்பிக் கேட்டாலும் அதற்குத் தான் அவ்வப்போது 'தத்துவ ஒத்தடம்' கொடுத்துக் கொண்டிருக்கிறோமே, அது போதாதா?- கோயில் திருப்பணி செய்தல், கும்பமேளா கொண்டாடுதல், மடத்தைக் காத்தல், மடாதிபதிகளின் தொந்தியை வளர்த்தல் ஆகிய நான்கும் தருமத்துக்கு முரண் படாத ஆசைகளென்றும், கல்யாணம் செய்து கொள்ளல், கட்டிக்கொண்ட மனைவியையும் பெற்

றெடுத்த பிள்ளைகளையும் காத்தல், அதற்காகப் பொருளீட்டல், இதை யாராவது அபகரித்துக் கொள்ளப் பார்த்தால் அவர்களை வெறுத்தல் ஆகிய நான்கும் தருமத்துக்கு முரண்பட்ட ஆசைகளென் றும் சொல்லி, எங்கள் 'தத்துவ ஒத்தட த்தைப் பிடுங்கி ஏன் விட்டெறிகிறீர்கள்?

அட பாவிகளா!-அந்த நாலுக்குப் பதிலாகத் தான் இன்னொரு நாலை நாங்கள் கண்டுபிடித்திருக் கிறோமே, அவற்றை நீங்கள் அப்படியே ஏற்றுக் கொண்டால் என்ன?- பாவம் புண்ணியம், நரகம் மோட்சம் - ஆஹா! சொல்லும்போதே இனிக்குதடா, எங்கள் நெஞ்சம்! உங்களுக்கு மட்டும் ஏன் கசக்கிறது? - வேண்டுமானால் 'ஆன்ம ஞானம்' என்ற தேனில் அந்த நாலையும் சேர்த்துக் குழைத்துக் கொடுக்கட்டுமா?

இதோ, எங்கள் ஆசான் அள்ளி அள்ளி விட்டதை நான் அப்படியே வழித்து உங்களுடைய உள்ளங் கையில் விடுகிறேன், பாருங்கள்:

ஆசையை அடக்கும் ஆன்ம ஞானம் சந்நியாசி களுக்கு மட்டுமல்ல - சம்சாரிகளுக்கும் வேண்டும்: அதிகமாகவே வேண்டும். 'என்ன அடியான் இப்படிச் சொல்கிறானே?' என்ற ஐயம் வேண்டாம், தானம் என்பது ஒருவன் கொடுப்பதும் இன்னொருவன் வாங்கு வதுமாகும். எனவே, கொடுப்பவனுக்கு ஆசை கொஞ்சமாகவும், வாங்குபவனுக்கு ஆசை அதிகமாகவும் இருக்க வேண்டும். அப்பொழுதுதான் சந்நியாசிகள் வாழ தாகமும், சம்சாரிகள் சாக தாகமும் கொள்ள முடியும்.

அப்படிச் செய்யாமல் ஆசையையும் கோபத்தை யும் நீங்கள் வளர விட்டுக்கொண்டே போனால் இம்மையே எங்களுக்கு நரகமாகி விடும்-என்ன, எங்களுக் கென்றா சொன்னேன்? -இல்லையில்லை, உங்களுக்குத் தான்?

27

அந்தக் காலத்து அரசர்களுக்கும் இலக்கியத் துக்கும் எவ்வளவு தூரம் சம்பந்தம் இருந்ததோ அவ்வளவு தூரம் இந்தக் காலத்தில் ஏழைகளுக்கும் இலக்கியத்துக்கும் சம்பந்தம் உண்டு எனவே. ஆசான் அவர்களையும் ஒரு பார்வை பார்த்து வைக் கிறார் - ஆனால் எப்படிப் பார்க்கிறார்?

ஏழை வாழ வேண்டும்
எந்த முறையில் என்றால்,
தன்னை நம்பி வாழத்
தலை நிமிர்ந்து நின்றால்,
கூழைக் கரைத்து ஊற்று!
குனிந்து குடிக்கச் சொல்லு!
உன்னை நம்பி வாழ்வான்,
உருப்படாமல் போவான்!

பார்த்தீர்களா, இதற்குத்தான் ஆன்ம ஞானம் பெற வேண்டும் என்பது!- அந்த ஞானத்தை எப்படிப் பெறுவது? - பஜகோவிந்தம் பாடிப் பாடிப் பெற வேண்டும்; பகவத் கீதை ஓதி ஓதிப் பெற வேண்டும்- அப்படி ஓதும்போது சொன்னதையே சொல்லும் குற்றமும் குழப்பமும் உனக்குத் தோன்றலாம்- அதற்காக நீ என்ன செய்ய வேண்டும்? - பக்தியோடு படிக்க வேண்டும் - எப்படி?- கோயிலுக்குள் செல்லும்போது - செருப்பைக் கழற்றி ஒரு மூலையில் வைத்துவிட்டுச் செல்கிறாயல்லவா? அதேமாதிரி முடிந்தால் உன்னுடைய மூளையைக் கழற்றி ஒரு மூலையில் வைத்து விட்டுப் படிக்க வேண்டும்.

என்ன படித்தாலும், என்ன செய்தாலும் உயிர் பெற்ற ஜீவன் சும்மா இருக்க முடியாதுதான்: சுபாவத்தின் பயனாக அது செயலில் புகுந்தே தீரும். ஆனால் அதற்காகச் சாஸ்திரத்தையும் சம்பிரதாயத்தையும் மறந்து, அனாவசியமாகப் பொறுப்பேற்றுக்கொண்டு அவதிப்படக் கூடாது!

பாலில் உள்ள சத்து நெய். அதுபோல் சந்நியா சத்திலுள்ள சத்து பற்றறுத்தல்; செயலின்மையல்ல. செயல் படு; செயலைத் துறக்கப் பார்ப்பது வீண். 'என்ன அடியான் இப்படிக் குழப்புகிறானே?' என்று தவிக்கவேண்டாம்; அதுவே தத்துவம்.'

அவ்வாறு செயல்படுவது சந்நியாசத்துக்கு விரோதமாயிருந்தால், அதற்குச் சமாதானம் சொல்லக் கீதை இருக்கவே இருக்கிறது - என்ன கவலை, உனக்கு? - உடனே ஆரம்பித்துவிடு உபதேசத்தை!

ஆனால் முன்னால் 'அமிர்தாஞ்சன'த்தைத் தேடுவதற்கு அதைக் கேட்கும் ஆளை மட்டும் விட்டு விடாதே! அத்துடன், ஒருவன் ஏழையா யிருப்பதற்குக் காரணம் அவன் செய்த பாவந்தான் என்று சொல்வ தோடும் நின்றுவிடாதே!- அப்படி நின்றுவிட்டால் உன்னுடைய உபதேசத்தைக் கேட்கக் கூட்டம் சேராது. எனவே, உனக்குக் கொடுத்தது போக மீதி ஏதாவது இருந்தால் அவனுக்கும் கொடுக்கச் சொல்- அதனால் நமக்கு என்ன நஷ்டம் வந்து விடப் போகிறது?

28

மேலே "செயல் படுவது எப்படி?" என்பதை விளக்கிவிட்டுக் கீழே 'பொதுமகளோடு போகம் செய்தால் ரோகம் வந்துவிடும்!' என்று ஆசான் எச்சரிக்கிறார் -அனுபவம் மிக்க எச்சரிக்கை: அவசியம் மிக்க எச்சரிக்கையுங்கூட.

ஏனென்றால், ஆணும் பெண்ணும் ஒருவரை யொருவர் நெருங்கியவுடனே செயல்படுவது மேல் நாட்டில் குறைவாகவும் கீழ் நாட்டில் அதிகமாகவும் இருக்கிறது- இதற்கு என்ன காரணம்?

மேல் நாட்டார் பெண்ணில் மட்டும் அல்ல. அருங்கலைகள், ஆடல் பாடல்கள், இயற்கைச் சௌந் தரியங்கள் - ஆகியவற்றிலும் இன்பங் காண லாயக் குள்ளவர்களாயிருக்கிறார்கள். கீழ் நாட்டாரோ அப்படி யல்ல;

அவர்களில் பெரும்பாலோர் பெண்ணைத் தவிர வேறு எதிலுமே இன்பங் காண லாயக்குள்ளவர்களா யில்லை!' என்று நாம் சொல்லிவிட்டால் மட்டும் போதுமா? அவர்களுடைய பரிதாப நிலைக்குப் பரிகாரம் தேட வேண்டாமா? - இதோ ஆசான் தேடுகிறார்:

கஞ்சிக்காகக் கற்பை
அஞ்சிவிற்கும் பெண்கள்.
காசுக்காகக் கற்பைப்
பேசி விற்கும் பெண்கள்,
வஞ்சகர் பசப்பில்
வழுக்கி விழும் பெண்கள்,
நஞ்சு தோய்ந்த பெண்களாம்.
நாட வேண்டாம், அவர்களை!

சொல்லிவிட்டார், ஆசான் - இனி எந்த முறையில் செயல்பட வேண்டுமோ, அந்த முறையில் செயல்படு வீர்களாக!

29

தருமத்தைப் பற்றிப் பேசும்போதெல்லாம் இந்தக் காலத்தில் தரித்திரத்தைப் பற்றிப் பேசுவது வழக்கமாகிவிட்டது. 'அவர்கள் நினைப்பதுபோல் தருமமும் தரித்திரமும் இரண்டல்ல; ஒன்றே. தருமம் தழைத்தால்தான் தரித்திரம் நிலைக்கும்; தரித்திரம் நிலைத்தால் தான் தருமம் தழைக்கும். 'எல்லோருக்கும் வேலை; எல்லோருக்கும் கூலி' என்பதெல்லாம் அர்த்தமற்றுப் போய்ச் சரித்திரம் என்றும் சரியாமல் நிற்கும் -இதற்கு நீங்கள் என்ன செய்ய வேண்டும்?- பெருமை மிக்க ஆசான் அருமையாகச் சொல்கிறார்:

தருமம் தழைக்கவே
தரித்திரம் நிலைக்கவே,
சரித்திரம் என்றும்
சரியாமல் இருக்கவே,
பொருளாசை கொள்வோர்.
பொருளாசை கொள்ளவே,

அருளாசை கொண்டு
அலைவாய், நீ அலைவாய்!

இந்த விஷயத்தை இதற்குமுன் எத்தனையோ இடங்களில், எத்தனையோ கோணங்களில் ஆசான் உங்களுக்கு எடுத்துச் சொல்லியிருக்கலாம்; அடி யானும் அதற்குச் சாங்கோபாங்கமாக வியாகரணம் செய்திருக்கலாம். அதனாலென்ன, தமிழ்நாட்டில் தான் இப்போது பைத்தியக்காரர்களுக்குப் பஞ்சமாய்ப்போய் விட்டதே! - நாம் அதைத் தீர்க்க வேண்டாமா?- அதனால்தான் சொன்னதையே திருப்பித் திருப்பிச் சொல்ல வேண்டியிருக்கிறது; குழப்பியதையே திருப்பித் திருப்பிக் குழப்பவேண்டி யிருக்கிறது- வேறு வழி?

30

விஞ்ஞானம் தெரியாத அஞ்ஞானிகள் சிலர் ஐம்பூதங்களைப் பற்றி ஆராய்வதே 'விஞ்ஞானம்' என்று கருதுகின்றனர். அது தவறு; ஐம்புலன்களைப் பற்றி ஆராய்வதே விஞ்ஞானம்; அதுவே மெய்ஞ் ஞான முங்கூட

அஞ்சும் உன்னைக் கெஞ்சும்,
அசைந்தால் கொஞ்சம் மிஞ்சும்!
கொஞ்சும் வாயும் மூக்கும்
கண்ணுங் காதும் போக,
எஞ்சி யிருக்கும் ஒன்றால்
என்ன துன்பம், துன்பம்!
அஞ்ச வேண்டாம், அடக்கு!
அதுவே இன்பம், இன்பம்!

'அது எப்படி இன்பமாகும்?' என்று அவசரப் பட்டுக் கேட்காதே!- ஸ், அடக்கு! - ரகசியமாகச் சொல்கிறேன், அடக்கென்றால் அடக்கு! உனக்காக நான் அப்படிச் சொல்லவில்லை ; உனக்குத் தான தருமம் செய்பவர்களுக்காக அப்படிச் சொல்கிறேன்- அடக்கென்றால் அடக்கு! - முடிந்தவரை 'பிரஜா உற்பத்தி'யைக் குறைத்துக் கொண்டு

வந்தால்தானே அவர்களால் நமக்கு அடிக்கடி 'சமாராதனை' நடத்த முடியும்? சாப்பிட்டு முடிந்தபின் வயிற்றில் சந்தனத்தைப் பூசிக்கொண்டு நம்மால் புரள முடியும்?- 'அடக்கு; அடக்கென்றால் அடக்கு !'- இதுவே நமது தாரக மந்திரமாக என்றும் எப்பொழுதும் எங்கும் ஒலிக்கட்டும், ஒலிக்கட்டும், ஒலித்துக் கொண்டே இருக்கட்டும் !

31

'பசிகோவிந்த'த்தின் கடைசிப் பாட்டு இது. இதற்கு முன் வெளியான முப்பது பாடல்களையும் பசியோடு பாடியவர்கள் இதையும் பசியோடு பாடுவார்களாக. கண்கள் இருண்டாலும் காதை அடைத்தாலும் கால்கள் சோர்ந்தாலும் பசியோடு பாடுவார்களாக ; கைகள் வெலவெலத்தாலும் பசியோடு பாடுவார்களாக ; வயிற்றைக் கிள்ளினாலும் வாடி வதங்கினாலும் பசியோடு பாடுவார்களாக. பசியே பக்தி ; பக்தியே பசி!- எங்கே, 'பக்தர்கள்' அனைவரும் சேர்ந்தாற்போல் பாடுங்கள் - பார்க்கலாம்.

சரணம் சரணம் சரணம்,
பசியே பக்தி சரணம்!
சரணம் சரணம் சரணம்,
பக்தியே சக்தி சரணம்!
சரணம் சரணம் சரணம்.
சக்தியே முக்தி சரணம்!
சரணம் சரணம் சரணம்,
முக்தியே மரணம் மரணம்|

ஆம், சூட்சுமத்தில்தானே இருக்கிறது மோட் சம்? இது தெரியவில்லையே, உங்களுக்கு! - தெரிந்தால் 'அந்தச் சூட்சுமத்தில்தானே உங்களுடைய வாழ்வும் எங்களுடைய தாழ்வும் இருக்கிறது !' என் று நீங்கள் எங்களையே திருப்பிக் கேட்பீர்களா? - அறியாமை ! அறியாமையிலும் அறியாமை! கேளுங்கள்; பக்தி சிரத்தையோடு கேளுங்கள்:

பசி எடுத்தால் பக்தி பறக்கலாம்; சக்தி பறக்குமோ?- பறக்காது.

சக்தி பறந்தால் பக்தி பறக்கலாம்; முக்தி பறக்குமோ?- பறக்காது.

முக்தி பறக்காவிட்டால் மோட்சம் எப்படிப் பறக்கும்?- பறக்காது; பறக்காது ; பறக்கவே பறக்காது இருந்தாலல்லவோ பறப்பதற்கு?- அதுதான்

ஆசாமியே 'அவுட்'டாகி விடுகிறானே ! ஆனால் ஒன்று - அந்த 'மோட்ச'த்தை 'மரணம்' எனக் கொள்ளற்க; 'மோட்சம்' என்றே கொள்க!

இத்தகைய திவ்யமான மோட்சத்தை நீங்கள் அடைய வேண்டுமானால் மனிதனுக்கு மனிதன் பக்தி செலுத்துவதை உடனே நிறுத்துங்கள் ; அதற்குப் பதிலாக மண்ணிலும் மரத்திலும், கல்லிலும் செம்பிலும் பக்தி செலுத்துங்கள். ஆனால் அந்தப் பக்தி இந்த லோக வாழ்க்கைக்கு உதவ வேண்டாம்; அந்த லோக வாழ்க்கைக்கே உதவட்டும். ஏனெனில், தரு மமும் தெய்வ பக்தியுமே மனித சமுதாயத்திற்கு இன்றியமையாத மூலதனங்கள். ஏற்கெனவே மஞ்சளும் குங்குமமுமாக, திருநீறும் நாமக்கட்டியுமாக இருக்கும் அவற்றை நாம் மேலும் மேலும் போற்றி வளர்க்கவேண்டும். இவை யில்லாததாலேயே உலகில் பல நாடுகள் முன்னேறி யிருக்கலாம் - ஆயினும் - அவை காணும் இன்பம் இகலோக இன்பம்; நாம் காண விரும்பும் இன்பமோ பரலோக இன்பம்!

அது பொய்; இது மெய் - 'எது பொய், எது மெய்?" என்று யோசிக்க வேண்டாம்- பக்தியுடன் நம்பு ; பசியை 'முக்தி'யால் வெல்வாய்! வல்லவனாக வாழாவிட்டாலும் ‘நல்லவ’னாக வாழ்வாய்! ஏய்ப்பாருக்கு ஏவல் செய்து வீழ்வாய்!

★ ★ ★

www.ingramcontent.com/pod-product-compliance
Lightning Source LLC
LaVergne TN
LVHW050953051026
849532LV00005B/1819
* 9 7 8 8 1 9 9 7 5 1 1 2 5 *